விடாமுயற்சி வெற்றி தரும்

உலகப் புகழ் பெற்ற சிறார் கதைகள்

தமிழில்: ச.சுப்பாராவ்

BOOKS FOR CHILDREN

Vidaamuyatchi Vetri Tharum *(in Tamil)*
C.Subba Rao
First Published: October, 2021

Published by
BOOKS FOR CHILDREN
imprint of Bharathi Puthakalayam
7, Elango Salai, Teynampet, Chennai - 600 018
Email: bharathiputhakalayam@gmail.com | www.thamizhbooks.com

விடாமுயற்சி வெற்றி தரும் (உலகப் புகழ் பெற்ற சிறார் கதைகள்)
தமிழில்: ச.சுப்பாராவ்
முதல் பதிப்பு: அக்டோபர், 2021
சித்திரங்கள்: ரோஹிணி குமார்
வெளியீடு:

புக்ஸ் ஃபார் சில்ரன்
பாரதி புத்தகாலயத்தின் ஓர் அங்கம்
7, இளங்கோ சாலை, தேனாம்பேட்டை, சென்னை - 600 018
தொலைபேசி : 044 24332424, 24332924, 24356935

விற்பனை நிலையங்கள்
மதுரை: 37A, பெரியார் பேருந்து நிலையம் - 045 22324674
ஈரோடு: 39: 39 ஸ்டேட் பாங்க் சாலை - 9245448353
திண்டுக்கல்: பேருந்து நிலையம் - 9942331105, 9976053719
பழனி: பேருந்து நிலையம் அருகில் - 9442883696
திருப்பூர்: 447, அவினாசி சாலை - 9486105018
சேலம்: பாலம் 35, அத்வைத ஆஸ்ரமம் சாலை 0427 2335952
திருவல்லிக்கேணி: 48, தேரடி தெரு - 9444428358
வடபழனி: பேருந்து நிலையம் எதிரில் அடையார்
ஆனந்தபவன் மாடியில் - 9444476967
பெரம்பூர்: 52, கூக்ஸ் ரோடு - 9444373716
திருவாரூர்: 35, நேதாஜி சாலை - 9442540543
சேலம்: 15, வித்யாலயா சாலை சாலை
திருநெல்வேலி: 25கி, ராஜேந்திரநகர் - 9442149981
மதுரை: சர்வோதயா மெயின்ரோடு
குன்னூர்: N.K.N வணிக வளாகம் பெட்போர்ட்
செங்கல்பட்டு: 1 D ஜி.எஸ்.டி சாலை - 044 27426964
விருதுநகர்: 131, கச்சேரி சாலை - 0456 2245300
கும்பகோணம்: 352, ரயில் நிலையம் எதிரில் - 9443995061
வேலூர்: பேஸ் III, சத்துவாச்சாரி - 9442553893
நெய்வேலி: பேருந்து நிலையம் அருகில், - 9443659147
தஞ்சாவூர்: காந்திஜி வணிக வளாகம் காந்திஜி சாலை - 9655542400
கோவை: 77, மசக்காளிபாளையம் ரோடு, பீளமேடு - 8903707294
திருச்சி: வெண்மணி இல்லம், கரூர் புறவழிச்சாலை - 9994289492
திருவண்ணாமலை: முத்தம்மாள் நகர் | நாகர்கோவில்: 699 கே.பி.ரோடு R.A. புரம் - 9443450111
சிதம்பரம்: 22A / 18B தேரடி கடைத் தெரு, கீழவீதி அருகில் - 9994399347
கரூர்: நாரத கானசபா அருகில் (TNGEA OFFICE)- 9442706676
காரைக்குடி : 12, 2 வது தெரு, கம்பன் மணிமண்டபம் பின்புறம் - 9443406150
பாண்டிச்சேரி : கிழக்கு கடற்கரைச்சாலை, இலாசுப்பேட்டை, 9486102777
அருப்புக்கோட்டை: கதவுஎண் 49 A/4 மெயின் ரோடு, தெற்கு தெரு - 9994173551

நினைத்த நூல்கள்... நினைத்த நேரத்தில்... thamizhbooks.com 8778073949

அச்சு: பிரிண்டெக், சென்னை - 600 005.

மொழிபெயர்ப்பாளர் குறிப்பு

கொரோனா காலத்துக் கட்டாய வீட்டுச் சிறைக் காலத்தில் நேரம் நிறைய இருந்தும், எதுவும் செய்யப் பிடிக்காத ஒரு மனநிலை. மிகக் கடினமான மொழிபெயர்ப்பு வேலைகளை ஆரம்பிக்கும் மனநிலை இல்லாமல் ஒரு மனச்சோர்வு. வாசிப்பிலும் கூட மிகக் கனமான விஷயங்களை தொடர்ந்து வாசிக்க முடியாத இறுக்கம். என்றேனும் ஒரு நாள் படிக்கலாம் என்று வைத்திருந்த சிறார் கதைகள் அப்போது கை கொடுத்தன. ஐரோப்பாவின் பல தேசங்களின், பல மொழிகளின் கதைகள், அமெரிக்கக் கதைகள், ஜப்பானியக் கதைகள், நம் நாட்டின் பல பகுதிகளின் கதைகள் என்று 40 – 45 வருடங்களுக்கு முன் கோகுலம், அம்புலிமாமா வாசித்த சிறுவனாக மாறினேன். ஏற்கனவே கடந்த ஆண்டு இதுபோன்ற சில கதைகளை இந்து தமிழ் திசை மாயாபஜார் பகுதிக்காக மொழிபெயர்த்து அவை வெளியாகி இருந்தன. இப்போது அதைத் தொடர்ந்தால் என்ன என்ற யோசனை வந்தது.

சிறார் கதைகளை நிறைய நிறையப் படித்தாலும் கூட, மந்திர தந்திரங்கள் அதிகம் இல்லாத, மனிதனின் புத்திசாலித்தனத்தை வெளிப்படுத்தும் கதைகளாகத் தேர்ந்தெடுத்தேன். அதிலும் குறிப்பாக பெண்பிள்ளைகளின் புத்திசாலித்தனம் வெளிப்படும் கதைகளை அதிகமாக எடுத்துக் கொண்டேன். அவற்றில் பல bookday.co.inல் தொடராக வந்தன. வாசகர்கள் தந்த உற்சாகத்தில் இன்னும் நிறையக் கதைகளை மொழிபெயர்த்து அவை ரோஹிணி குமாரின் அழகிய ஓவியங்களுடன் இந்தத் தொகுதியாக உங்கள் கையில்.

கிரானிகிள்ஸ் ஆஃப் நார்னியா எழுதிய சி.எஸ்.லூயிஸ், “சிறார்களால் மட்டுமே ரசிக்க முடிகிற சிறார் கதை நல்ல சிறார் கதை அல்ல,” என்று ஒரு முறை குறிப்பிட்டார். அதை மனதில் கொண்டுதான் கதைகளை மிக கவனமாகத் தேர்ந்தெடுத்தேன். எனவே, சிறார்கள் மட்டுமின்றி, அனைத்து முன்னாள் சிறார்களும் இதை ரசிப்பார்கள் என்று நம்புகிறேன்.

அன்புடன்

ச.சுப்பாராவ்

9442182038

உள்ளே...

இரு கஞ்சர்கள்

ஹீப்ரூ மொழிக்கதை

குஃபா என்ற ஒரு ஊரில் ஒரு கஞ்சன் வாழ்ந்து வந்தான். பக்கத்து ஊரான பஸாரோவில் தன்னைவிட பெரிய கஞ்சன் ஒருவன் இருப்பதாக அறிந்தான். அவனிடம் சென்று பாடம் கற்று வந்தால் நல்லது என்று நினைத்து பஸாரோ சென்று அவனைச் சந்தித்தான். பஸாரோ கஞ்சனை வணங்கி, “கஞ்சத்தனத்தில் தாங்கள் மிகப் பெரியவர் என்று கேள்விப்பட்டேன். தங்களுடைய மாணவனாக இருந்து கஞ்சத்தனத்தை மேலும் நன்கு கற்க விரும்புகிறேன்,” என்றான். பஸாரோ கஞ்சன் மிகவும் மனமகிழ்ந்து, “நல்லது. வா, முதலில் சந்தைக்குப் போய் சாப்பிட ரொட்டி வாங்கி வருவோம்,” என்றான்.

சந்தையில் ஒரு ரொட்டிக் கடைக்கு அழைத்துச் சென்றான். “என்னப்பா, நல்ல ரொட்டி இருக்கிறதா?” என்றான் பஸாரோக் கஞ்சன். “அருமையான ரொட்டி ஐயா... வாயில் வைத்தால் அப்படியே வெண்ணெயாகக் கரையும்,” என்றான் கடைக்காரன். பஸாரோக் கஞ்சன், குஃபா கஞ்சன் பக்கம் திரும்பி, “தம்பி, பார்த்தாயா, ரொட்டிக்கு வெண்ணெயை ஒப்பிடுகிறான். பேசாமல் வெண்ணெயை கொஞ்சம் வாங்கித் தின்றுவிட்டால், செலவு மிச்சம், நாம் இப்படித்தான் புத்திசாலித்தனமாக முடிவு செய்ய வேண்டும். அப்போதுதான் சேமிக்க முடியும்,” என்று சொல்லி வெண்ணெய்க் கடைக்கு அழைத்துச் சென்றான்.

வெண்ணெய்க் கடையில் நல்ல வெண்ணெய் இருக்கிறதா? என்று கேட்டார்கள்.

“நல்ல வெண்ணெயா? அப்படியே புத்தம் புது வெண்ணெய்... ஆலிவ் எண்ணெய் மாதிரி அத்தனை வாசனையாக இருக்கிறது,” என்றான் கடைக்காரன். கஞ்சக் குருநாதன் தன் புது சிஷ்யனிடம், “கவனி! வெண்ணெயை ஆலிவ் எண்ணெயுடன் ஒப்பிட்டுச்

சொல்கிறான். நாம் அதையே வாங்கிச் சாப்பிட்டுவிட்டால், இன்னும் சிக்கனமாக சாப்பாட்டுப் பிரச்சனை முடிந்து விடும்," என்று சொன்னான்.

அடுத்தபடியாக ஆலிவ் எண்ணெய் விற்கும் கடைக்குப் போனார்கள். "ஆலிவ் எண்ணெய் நல்ல தரமானதாக இருக்கிறதா?" என்றான் பஸாரோக் கஞ்சன். அருமையான தரத்தில் இருக்கிறது... அப்படியே வெள்ளை வெளேரென்று, ஒரு கலங்கல் இல்லாமல், பச்சைத் தண்ணீர் மாதிரி தளதளவென்று தெளிவாக!," என்றான் கடைக்காரன்.

"கவனி... இவன் சொல்வதைப் பார்த்தால் தண்ணீர்தான் மிகவும் சிறந்ததாகப் படுகிறது. என் வீட்டில் ஒரு பானை நிறைய தண்ணீர் பிடித்து வைத்திருக்கிறேன். உனக்கு அதைத் தாராளமாகத் தந்து விருந்து வைக்கிறேன்," என்று தன் வீட்டிற்கு குஃபா கஞ்சனை அழைத்துச் சென்றான். "ரொட்டியை விட வெண்ணெய் சிறந்தது. வெண்ணெயை விட ஆலீவ் எண்ணெய் சிறந்தது. ஆலீவ் எண்ணெயைவிட தண்ணீர் சிறந்தது," என்றவாறு தண்ணீர் விருந்து வைத்தான்.

குஃபா கஞ்சன், "கடவுளுக்கு நன்றி! நான் இவ்வளவு தூரம் பயணம் செய்து வந்தது வீணாகவில்லை," என்றவாறு தண்ணீர் குடித்தான்.

கெட்டிக்காரத் தவளை

ஜெர்மன் நாட்டுக் கதை

ஒரு நாள் ஒரு குளத்தில் தண்ணீர் குடிப்பதற்காக ஒரு நரி மிக வேகமாக வந்தது. அப்போது அங்கு உட்கார்ந்திருந்த தவளை ஒன்று நரியைப் பார்த்து கர்க், கர்க் என்று சப்தமிட்டது. பின்னர், நரியைப் பார்த்து, “இங்கிருந்து போய்விடு. இல்லாவிட்டால், நான் உன்னை முழுங்கி விடுவேன்.” என்றது.

நரி, “இந்த மாதிரி எல்லாம் பந்தா செய்யாதே. நான் உன்னைவிட வேகமானவன்,” என்றது.

இதைக் கேட்ட தவளை சிரித்தது. நரியோ மீண்டும் தான் மிக வேகமானவன் என்றது. வாக்குவாதத்தின் இறுதியில், நரி, “சரி, நாம் இருவரும் அடுத்த நகரம் வரை ஓடுவோம். யார் அங்கு முதலில் போய்ச் சேர்கிறார்கள் என்று பார்ப்போம்,” என்றது. தவளை ஒப்புக்கொண்டது.

நரி ஓடுவதற்காகத் திரும்பியதும், தவளை ஒரே தாவாகத் தாவி, நரியின் அடர்ந்த வாலில் தொற்றிக் கொண்டது. நரி வேகமாக ஓடி நகரத்தின் கோட்டை வாசலுக்குச் சென்றுவிட்டது. வாசலில் நின்று, தவளை எங்கே வருகிறது என்று பார்க்கத் திரும்பிய நேரத்தில், தவளை வாலிலிருந்து குதித்துவிட்டது. நரி சுற்றும் முற்றும் பார்த்துவிட்டு, நகரத்திற்குள் நுழைவதற்காகத் திரும்பும் போது, தவளை, “நீ இப்போதுதான் வருகிறாயா? நான் அப்போதே வந்து ஊரைச் சுற்றிப் பார்த்துவிட்டேன். நீ வர இன்னும் நேரமாகும் என்று நினைத்து நம் ஊருக்குத் திரும்ப நினைத்தேன்,” என்றது.

நரி மயங்கி விழுந்தது.

மகன்களை ஏமாற்றிய தந்தை

காஷ்மீரத்துக் கதை

ஒரு ஊரில் ஒரு செல்வந்தர் இருந்தார். அவருக்கு மிகவும் வயதாகிவிட்டது. தான் சீக்கிரம் இறந்து விடுவோம் என்று நினைத்து தனது மூன்று மகன்களையும் அழைத்து தன் சொத்துகள் அனைத்தையும் அவர்களுக்கு சரிசமமாகப் பிரித்துத் தந்துவிட்டார். ஆனால், அந்தச் செல்வந்தர் சீக்கிரமாக இறந்து போகவில்லை. உடல் நலம் குன்றிய நிலையில் எப்படியோ உயிர் பிழைத்தார். பல ஆண்டுகள் இப்படியே நோயால் துன்புற்றபடி வாழ்ந்தார். சொத்தைப் பிரித்துத் தருவதற்கு முன் மகன்கள் தந்தையை அன்போடு பார்த்துக் கொண்டார்கள். அவருக்கு நல்ல மருத்துவரைக் கொண்டு வைத்தியம் பார்த்தார்கள். இப்போது அவரிடம் எந்தச் சொத்தும் இல்லை என்பதால் அவர்கள் அவரை கண்டுகொள்ளவில்லை. அவருக்கு மருந்து மாத்திரை வாங்கித் தருவதில்லை. செலவிற்கும் பணம் தருவதில்லை. வாசலில் ஒரு திண்ணையில் போட்டுவிட்டார்கள். செல்வந்தராக வசதியாக வாழ்ந்த அவர் இப்போது ஒருவேளை வயிறாற உணவுகூட கிடைக்காமல் திண்டாடினார்.

ஒரு நாள் அவரைப் பார்க்க அவரது நண்பர் ஒருவர் வந்தார். செல்வந்தரின் நிலையைப் பார்த்து மிகவும் வருந்தினார். சில காலம் கழித்து தான் வருவதாகவும், அப்போது நண்பரின் நிலையை மாற்ற ஏதேனும் ஒரு யோசனை கூறுவதாகவும் சொல்லிச் சென்றார். சில நாட்கள் கழித்து அவர் மீண்டும் வந்தார். அவர் கையில் மூன்று பெரிய பைகள் இருந்தன. அவற்றில் அவர் கூழாங்கற்களை நிரப்பி அழகாகக் கட்டி வைத்திருந்தார்.

“நண்பா! வேலை விட்டு வரும் உன் மகன்கள், நான் இன்று உன்னை வந்து சந்தித்தது தெரிந்ததும், என்ன விஷயமாக வந்தேன் என்று கேட்பார்கள். அப்போது நீ, ‘என் நண்பன் என்னிடம் பல வருடங்களுக்கு முன் கடன் வாங்கி இருந்தான். அதை இப்போது வட்டியோடு திருப்பித் தந்திருக்கிறான், என்று இந்த மூன்று பைகளைக் காட்டு. நான் இறந்ததும் இந்தப் பைகளை ஆளுக்கு ஒன்றாக எடுத்துக் கொள்ளுங்கள் என்று சொல். நீ உயிரோடு இருக்கும்வரை இந்தப் பைகளை அவர்கள் கையில் தராதே. பிறகு வேடிக்கையைப் பார்,“ என்றார் நண்பர்.

அதுபோலவே அவரது மூன்று மகன்களும் “இன்று என்ன விசேஷம்” என்று கேட்டார்கள். கிழவர் நண்பர் சொன்னது போலவே சொன்னார். பிறகு அந்த மூன்று பைகளையும் தன் பெட்டிக்குள் வைத்துப் பூட்டிக் கொண்டார்.

அன்றிலிருந்து கிழவருக்கு ராஜ மரியாதைதான். மூன்று மகன்களும் அப்பாவை விழுந்து விழுந்து கவனித்தார்கள். நல்ல வைத்தியரை அழைத்து வந்து மருந்து, மாத்திரை வாங்கித் தந்தார்கள். மருமகள்கள் அவருக்குப் பிடித்தமான உணவு வகைகளை ஆசையாகச் செய்து தந்தார்கள். இப்படிச் சில ஆண்டுகள் கழிந்தன.

ஒருநாள் கிழவர் மரணமடைந்தார். கிழவரை மகன்கள் மிகுந்த மரியாதையோடு அடக்கம் செய்தார்கள். வீடு வந்ததும் அவரது பெட்டியைத் திறந்து அந்த மூன்று பைகளையும் ஆசையாகத் திறந்து பார்த்தார்கள்.

கூழாங்கற்கள் அவர்களைப் பார்த்துச் சிரித்தன.

சூரியன், சந்திரா, காற்று விருந்துக்குச் சென்ற கதை

காஷ்மீரி மொழிக் கதை

ஒருநாள் சூரியன், சந்திரா, காற்று ஆகியவை தம் மாமா, அத்தையான இடி, மின்னல் வீட்டிற்கு விருந்துக்குச் சென்றார்கள். அவர்களது அம்மா (வானத்தில் வெகுதூரத்தில் நீங்கள் பார்க்கக் கூடிய ஒரு நட்சத்திரம்) குழந்தைகள் எப்போது திரும்பி வரும் என்று காத்துக் கொண்டிருந்தாள்.

நல்ல விருந்து. சூரியனும், காற்றும் பெரிய சுயநலம் பிடித்தவர்கள். பேராசைக்காரர்கள். அம்மாவிற்கு ஏதாவது எடுத்துச் செல்ல வேண்டுமே என்ற நினைப்பே இன்றி, விருந்தை நன்கு அனுபவித்து சாப்பிட்டார்கள். சந்திரா பாவம், விருந்தில் ஒவ்வொரு பண்டம் வரும்போதும் தன் அம்மாவை நினைத்துக் கொண்டாள். ஒவ்வொரு பண்டத்திலும் ஒரு துளியை அம்மாவிற்காக தன் நீண்ட அழகிய விரல் நகங்களில் சுரண்டி எடுத்து வைத்துக் கொண்டாள்.

மூவரும் வீடு திரும்பினார்கள். நெடுநேரம் கண்விழித்து அவர்களுக்காகக் காத்திருந்த அம்மா, “சரி, அம்மாவிற்கு என்ன கொண்டு வந்தீர்கள்?” என்றாள். “உனக்கு ஒன்றும் கொண்டு வரவில்லை. நான் விருந்தை நண்பர்களோடு கொண்டாடச் சென்றேன். அதன்படி கொண்டாடி மகிழ்ந்தேன்,” என்றான் சூரியன். காற்று, “நான் என் மகிழ்ச்சிக்காக விருந்துக்குச் சென்றேன். உனக்கு ஏதாவது கொண்டு வருவதற்காகச் செல்லவில்லை,” என்றான். அப்போது சந்திரா, “அம்மா, ஒரு தட்டைக் கொண்டு வாருங்கள், நான் உங்களுக்கு என்ன கொண்டு வந்திருக்கிறேன் என்று பாருங்கள்,” என்றாள். அம்மா தட்டைக் கொண்டு வந்தாள். சந்திரா தன் கைகளை அந்தத்

தட்டில் உதற, இதுவரை அவர்கள் அம்மா ருசித்துப் பார்த்திருக்காத பல சுவையான பண்டங்களில் ஒவ்வொரு துளி அவள் நக இடுக்கிலிருந்து தட்டில் விழுந்தன.. அம்மா அவற்றை மகிழ்ச்சியோடு ருசி பார்த்தாள்.

பிறகு சூரியனைப் பார்த்து, "அம்மாவைப் பற்றி கொஞ்சமும் நினைக்காமல் விருந்து சாப்பிட்டு நண்பர்களோடு நீ ஆட்டம் போட்டாய். எனவே உன் கதிர்கள் எப்போதுமே சூடாக இருக்கும், அவை எதன் மீது விழுந்தாலும் அவை சூடாகிவிடும். மக்கள் உன்னை வெறுப்பார்கள். உன்னைப் பார்த்தாலே துணியால் தம் தலையை, முகத்தை மூடிக் கொள்வார்கள்," என்று சாபமிட்டாள்.

பின்னர் காற்றின் பக்கம் திரும்பி, "விருந்து சாப்பிடும் ஆசையில் நீ அம்மாவை மறந்துவிட்டாய். எனவே, நீ எப்போதும் வெக்கையான வறண்ட காலத்தில் வீசுவாய். நீ அனலாய் வீசும் காலத்தில் மக்கள் உன்னை வெறுப்பார்கள். வீட்டை விட்டு வெளியே வரமாட்டார்கள்," என்று சபித்தாள்.

பின்னர் சந்திராவிடம் திரும்பி, "மகளே! நீ மட்டும்தான் அம்மாவை நினைத்துக் கொண்டாய் .எனவே நீ எப்போதுமே பிரகாசமாக, குளுமையாக, அமைதியாக இருப்பாய். உன் பரிசுத்தமான கிரணங்கள் யார் கண்களையும் கூசச் செய்யாது. மக்கள் அனைவரும் உன்னை மிகவும் விரும்புவார்கள்," என்று வாழ்த்தினாள்.

மொச்சைக்குப் போட்ட தையல்

ஜெர்மன் நாட்டுக் கதை

ஒரு கிராமத்தில் ஒரு ஏழைக் கிழவி இருந்தாள். அவள் ஒரு நாள் இரவு மொச்சையை அவித்துச் சாப்பிடலாம் என்று சிறிது மொச்சையை ஒரு சட்டியில் போட்டு அவிக்க ஆரம்பித்தாள். சட்டியில் போடும் போது ஒரு மொச்சை மட்டும் தவறிக் கீழே விழுந்ததால் தப்பியது. அது ஒரு ஓரமாக உட்கார்ந்து வேடிக்கை பார்த்துக் கொண்டிருந்தது.

அப்போது, அடுப்பிலிருந்து ஒரு கரித் துண்டு வெளியே குதித்து அதனிடம் வந்து உட்கார்ந்தது. " நண்பா, நீ எங்கிருந்து வருகிறாய்" என்று கரியை மொச்சை கேட்டது. "நான் என் மீது லேசாக கங்கு பற்றும் போதே அடுப்பிலிருந்து குதித்துவிட்டேன். அடுப்பில் இருந்தால் சாம்பாலாகி இருப்பேன்," என்றது கரி. "சரி, உன் கதை என்ன?" என்று மொச்சையிடம் கேட்டது. மொச்சை, "நான் சட்டியிலிருந்து நல்லவேளையாக குதித்து விட்டேன். இல்லாவிட்டால், என் மற்ற சகோதரர்கள் போல் நான் அவிந்து போயிருப்பேன்," என்றது. அப்போது, அடுப்பு சரியாக எரியவில்லை என்று கிழவி கொஞ்சம் வைக்கோலை அள்ளிப் போட்டாள். அதிலிருந்து ஒரு வைக்கோல் மட்டும் தப்பிக் குதித்து, மொச்சையருகே விழுந்தது. "உன் கதை என்ன?" என்று வைக்கோலிடம் கரித்துண்டும், மொச்சையும் கேட்டன. அது, "கிழவி என்னை அடுப்பில் தூக்கிப் போட்டாள். நல்லவேளையாக நான் குதித்துவிட்டேன். இல்லாவிட்டால், நான் சாம்பலாகி இருப்பேன்," என்றது.

"இப்போது நாம் என்ன செய்யலாம்?" என்றது கரித்துண்டு.

"நாம் இங்கே இருப்பது ஆபத்து. எப்படியோ ஒரு ஆபத்திலிருந்து நாம் தப்பிவிட்டோம். மேலும் இங்கே இருக்காமல் எங்காவது சென்றுவிடுவோம்," என்றது மொச்சை. எல்லோருக்கும் இந்த யோசனை பிடித்திருந்தது. எனவே மூன்றும் வெளியே கிளம்பின.

நீண்ட தூரம் நடந்ததும், வழியில் ஒரு சின்ன ஓடை வந்தது. அதை எப்படித் தாண்டுவது என்று தெரியவில்லை. வைக்கோலுக்கு ஒரு யோசனை தோன்றியது. "நான் இந்த ஓடையின் குறுக்கே படுத்துக் கொள்கிறேன். என் மீது ஏறி நீங்கள் அக்கரைக்குச் சென்றுவிடுங்கள்," என்றது. மொச்சைக்கு இந்த யோசனை பிடிக்கவில்லை. ஆனால் கரித்துண்டு "இது நல்ல யோசனை," என்றது. அதன்படி வைக்கோல் ஓடையின் குறுக்கே பாலம் போல் படுத்துக் கொள்ள, கரித்துண்டு அதன் மேல் நடக்க ஆரம்பித்தது. பாதி ஓடையைக் கடந்த போது, கீழே ஓடும் வேகமான தண்ணீரைப் பார்த்ததும் அதற்குத் தலை சுற்றித் தடுமாறியது. அப்போது அதன் தலைப்பக்கம் லேசாகப் புகைந்து கொண்டிருந்த கங்கு வைக்கோல் மீது பட, வைக்கோல் பொசுபொசுவென்று எரிந்து இரண்டாக உடைந்தது. இதனால், கரித்துண்டும் ஓடையில் விழுந்து உயிரை விட்டது.

இதைப் பார்த்த மொச்சை தன் புத்திசாலித்தனத்தையும், நண்பர்களின் முட்டாள்தனத்தையும் நினைத்துச் சிரித்தது. சிரிப்பை அடக்க முடியாமல் மேலும் மேலும் உரக்கச் சிரித்ததில் ஒரு கட்டத்தில் இரண்டாகக் கிழிந்து விட்டது. உயிர் போகும் வலியில் வேதனைப்பட்டுக் கொண்டிருந்தது.

அப்போது அந்த வழியே வந்த ஒரு தையல்காரன் மொச்சையின் நிலையைப் பார்த்துப் பரிதாபப் பட்டான். தன்னிடமிருந்த தடித்த வெள்ளை நூலால் இரண்டாகப் பிளந்த மொச்சையை ஒன்றாக வைத்து நன்றாகத் தைத்தான். மொச்சை உயிர் பிழைத்தது.

இன்றும் நாம் மொச்சையில் பார்க்கும் வெள்ளையான முளைப் பகுதி அந்த தையல்காரனின் தடிமனான அந்த வெள்ளை நூல்தான்.

புத்திசாலிக் குரங்கும், கரடி நண்பனும்

ஜப்பான் நாட்டுக் கதை

வெகு காலத்திற்கு முன், ஜப்பான் நாட்டின் ஷின்ஷின் மாகாணத்தில் ஒரு குரங்காட்டி வசித்து வந்தான். அவனிடம் இருந்த குரங்கை வைத்து ஊர் ஊராகச் சென்று வித்தை காட்டிப் பிழைத்து வந்தான்.

அந்தக் குரங்கிற்கு வயதாகிவிட்டது. அதனால் அந்தக் குரங்கால் முன்பு போல் பல்டி அடிக்க முடியவில்லை. நடனமாட முடியவில்லை. கயிற்றின் மேல் நடக்கும்போது தடுமாறியது. இதனால், குரங்காட்டிக்கு முன்பு போல் நிறைய பணம் வசூலாகவில்லை.

ஒரு நாள் கோபமாக வீடு திரும்பிய குரங்காட்டி தன் மனைவியிடம், “நாளை காலையில் கசாப்புக் கடைக்காரரை நான் அழைத்தேன் என்று வரச் சொல்,” என்றான்.

மனைவி. “எதற்கு?” என்றாள்.

“இந்தக் குரங்கிற்கு வயதாகிவிட்டது. எல்லா வித்தைகளையும் மறக்க ஆரம்பித்துவிட்டது. சரியாக குட்டிக்கரணம் அடிப்பதில்லை. இதை கசாப்புக் கடைக்காரனிடம் விற்கப் போகிறேன். அவன் தரும் பணத்தை வைத்து வேறு ஏதாவது தொழில் செய்ய வேண்டும்,” என்றான்.

மனைவிக்கு குரங்கை நினைத்துப் பாவமாக இருந்தது. வேண்டாம் என்று கணவனிடம் கெஞ்சினாள். ஆனால், குரங்காட்டியோ அதை விற்றே தீருவேன் என்று பிடிவாதமாக இருந்தான். வாசலில் இருந்த மரத்தில் உட்கார்ந்து அவர்கள்

பேசுவதைக் கேட்டுக் கொண்டே இருந்த குரங்கு மிகவும் வருந்தியது. "நான் எத்தனையோ வருடங்களாக இவனுக்கு எவ்வளவு விசுவாசமாக உழைத்திருக்கிறேன். எனது முதிய வயதில் என்னை நிம்மதியாக வீட்டோடு இருக்க விடாமல், கசாப்புக் கடைக்காரனிடம் விற்கிறேன் என்று சொல்கிறானே இந்தப் பாவி! அவன் என்னைக் கொன்று என் கறியை விற்பான். என் உடல் பாகங்களை வைத்து சூப் போட்டு விடுவான். இதிலிருந்து தப்ப வேண்டுமே!" என்று யோசித்தது.

பக்கத்துக் காட்டில் அதற்கு ஒரு கரடி நண்பன் இருந்தது. அந்தக் கரடியிடம் யோசனை கேட்போம் என்று மெதுவாக காட்டுக்குச் சென்றது. ஒரு மரத்தடியில் கரடி நண்பனைப் பார்த்தது. தனது சோகக் கதையைச் சொல்லி அழுதது. "நீ நல்ல புத்திசாலியல்லவா? எனது பிரச்சனைக்கு நல்ல வழி சொல்," என்றது.

சிறிது நேரம் யோசித்த கரடி, "உன் எஜமானனுக்கு குழந்தை இருக்கிறதா?" என்றது.

"இருக்கிறது. சிறு மகன் இருக்கிறான்".

"எஜமானி காலையில் வேலை செய்யும்போது அந்தக் குழந்தை எங்கே இருப்பான்?" என்று கேட்டது கரடி.

"வாசல் பக்கமாக அவனைப் படுக்க வைத்து விட்டு அவள் உள்ளே வேலை பார்த்துக் கொண்டிருப்பாள்," என்றது குரங்கு.

"சரி, நாளை காலையில் அந்தக் குழந்தை அப்படி வாசற்பக்கம் படுத்திருக்கும்போது நான் வந்து அதை தூக்கிச் செல்கிறேன். உன் எஜமானி பயத்தில் கத்துவாள். அப்போது நீ என்னைத் துரத்தி வந்து, என்னிடம் சண்டை போட்டு, குழந்தையை மீட்டுச் சென்று அவளிடம் கொடு. பிறகு உன்னை கசாப்புக் கடைக்காரனிடம் விற்க அவர்களுக்கு மனம் வராது," என்றது கரடி.

மறுநாள் காலை குரங்கு சொன்னபடியே குரங்காட்டியின் மனைவி, குழந்தையை வாசற்பக்கமாக படுக்க வைத்துவிட்டு, சமையல் வேலையை ஆரம்பித்தாள். திடீரென்று வாசற்பக்கம் ஏதோ சத்தம். குழந்தை வீல் என்று அலறும் ஓசை. வெளியே

வந்து பார்த்தால் குழந்தையை ஒரு கரடி தூக்கிக் கொண்டு ஓடுகிறது. உள்ளே சென்று தூங்கிக் கொண்டிருந்த கணவனை எழுப்பி விஷயத்தைச் சொன்னாள். அவன் கண்களைக் கசக்கியவாறு கையில் கம்புடன் வெளியே வந்தான். வெளியே நடந்து கொண்டிருந்ததைப் பார்த்து இருவருக்கும் ஆச்சரியம்.

பக்கத்து மரத்தில் விளையாடிக் கொண்டிருந்த குரங்கு, அந்தக் கரடி மீது பாய்ந்து அதனிடம் பயங்கரமாகச் சண்டை போட்டது. ஒரு கட்டத்தில் கரடி குழந்தையைக் கீழே போட்டுவிட்டு காட்டுப் பக்கம் வேகமாக ஓடிவிட்டது. குரங்கு குழந்தையைத் தூக்கிக் கொண்டு வந்து தன் எஜமானியம்மாவிடம் தந்துவிட்டு பணிவாக நின்றது.

மனைவி, “பார்த்தீர்களா? இந்த வீரமான குரங்கால்தான் நம் குழந்தை தப்பித்தான். இதைத்தான் நீங்கள் நேற்று கசாப்புக் கடைக்காரனிடம் விற்க வேண்டும் என்றீர்கள்,” என்றாள்.

குரங்காட்டி “நான் சொன்னது தப்புதான். நம் குரங்கு மிகவும் புத்திசாலி, அது நம் குழந்தையுடன் விளையாடிக் கொண்டு நம் வீட்டிலேயே இருக்கட்டும்,” என்றான்.

அதன் பிறகு குரங்கு நீண்டகாலம் சந்தோஷமாக வாழ்ந்தது.

விடாமுயற்சி வெற்றி தரும்

அரபி மொழிக் கதை

‘கேட்பவனுக்குக் கிடைக்கும், தட்டுபவனுக்குத் திறக்கப்படும்,’ என்பது பழைய அரபி பழமொழி. “அதை நான் சோதித்துப் பார்க்கிறேன்,” என்று நினைத்தான் ஒரு இளைஞன். உடனே அவன் பாக்தாத்திற்குப் பயணம் செய்து முதன்மந்திரியைப் பார்த்தான். “ஐயா, பல ஆண்டுகளாக நான் தனிமையில் வாழ்கிறேன். தனிமை காரணமாக எனக்கு மிகவும் சலிப்பாக இருக்கிறது. இதுவரை நான் எதற்காகவும் ஆசைப்பட்டதில்லை. ஆனால் எனது ஆசிரியர் தினமும், ‘கேட்பவனுக்குக் கிடைக்கும். தட்டுபவனுக்குத் திறக்கப்படும்,’ என்று கூறுவார். அதனால் நான் ஒன்றை விரும்பி உங்களிடம் கேட்கலாம் என்று வந்திருக்கிறேன். கலிபாவின் மகளை எனக்குத் திருமணம் செய்து வைக்கும்படி கேட்டுக் கொள்கிறேன்.” என்றான்.

முதன்மந்திரி “இந்த இளைஞன் பைத்தியம் போலும்” என்று நினைத்து, சில நாட்கள் கழித்து வருமாறு சொன்னார்.

விடாமுயற்சி உள்ள அவன் மறுநாளே வந்து முதல் நாள் கேட்டது போலவே கேட்டான். அவரும் முதல் நாள் சொன்ன பதிலையே சொன்னார். இப்படி அவனும் பல மாதங்கள் தினமும் வந்து கேட்டுக்கொண்டே இருந்தான். ஒரு நாள் முதன்மந்திரியைப் பார்க்க கலிபா வந்திருந்த போது, இளைஞன் வழக்கம் போலவே வந்து கலிபாவின் மகளை மணம் செய்து வைக்கும்படி கேட்டான்.

கலிபா வியப்போடு அவனது வேண்டுகோளைக் கேட்டார். கலிபாவிற்குத் தெரிந்தால் தன் தலை சீவப்படும் என்று தெரிந்தும் தைரியமாக முதன்மந்திரியிடம் இப்படிக் கேட்கிறானே என்று ஆச்சரியப்பட்டார். அதன்காரணமாக, அவர்

கோபப்படாமல், "எவ்வளவு பெரிய வீரனானாலும். அறிவாளியானாலும், அரசனானாலும், கலிபாவின் மகளை மணம் செய்து தருமாறு கேட்க சற்று தயங்குவான். ஆனால், நீ தைரியமாக இப்படிக் கேட்பதால், உண்மையாகவே நீ பெரிய ஆளாகத்தான் இருக்கவேண்டும். இளவரசி வைத்திருந்த ஒரு பெரிய மாணிக்கக் கல் வெகு காலம் முன்பு டைக்ரிஸ் நதியில் விழுந்து விட்டது. அதை எடுத்து வருபவனுக்கு அவள் மாலை இடுவாள் என்று அறிவித்தேன். நீ அதை எடுத்து வா. உனக்கு அவளை மணம் முடிக்கிறேன்," என்றார்.

கலிபாவின் பதிலால் திருப்தியுற்ற இளைஞன், நேராக டைக்ரிஸ் நதிக்கரைக்குச் சென்றான். ஒரு வாளியால் நதி நீரை எடுத்துக் கரையில் கொட்ட ஆரம்பித்தான். மாலை வரை இவ்வாறு செய்தான். பின்னர் அந்த மாணிக்கக் கல் கிடைக்க வேண்டும் என்று பிரார்த்தனை செய்துவிட்டு வீடு திரும்பினான். மறுநாள் அதிகாலையில் நதிக்கரைக்கு வந்து முன்தினம் போலவே நதிநீரை வாளியில் எடுத்து கரையில் கொட்ட ஆரம்பித்தான். மாலையில் பிரார்த்தனை செய்து விட்டு வீடு திரும்பினான். இவ்வாறு சில மாதங்களுக்கு தினமும் செய்து வந்தான்.

இளைஞன் தினமும் இவ்வாறு செய்வதை நதியில் வசித்த மீன்கள் கவனித்து வந்தன. இவன் இப்படி விடாப்பிடியாக தண்ணீரை எடுத்து வெளியில் கொட்டிக் கொண்டே இருந்தால், என்றாவது ஒரு நாள் தாம் வசிக்க தண்ணீர் இல்லாது போய்விடுமோ என்று மீன்களுக்கு பயம் வந்துவிட்டது. தங்கள் மீன் அரசரிடம் போய் தங்கள் பயத்தைக் கூறின.

"அவன் ஏன் இப்படிச் செய்கிறான் என்று தெரியுமா?" என்று மீன் அரசர் கேட்டார்.

"நதியில் விழுந்து விட்ட இளவரசியின் மாணிக்கக் கல்லை எடுப்பதற்காக இப்படிச் செய்கிறான். அது கிடைக்க வேண்டும் என்று தினமும் மாலையில் பிரார்த்தனை செய்கிறான்," என்று மீன்கள் கூறின.

"அவனது பிடிவாதத்தைப் பார்த்தால், அந்த மாணிக்கக் கல் கிடைப்பதற்காக நமது நதியின் நீர் முழுவதையும் அவன்

கரையில் கொட்டிவிடுவான் போல் இருக்கிறது. நாம் வாழ தண்ணீர் இல்லாமல் போய்விடும். எனவே, நதியின் ஆழத்தில் புதைந்துகிடக்கும் அந்த மாணிக்கக் கல்லை எடுத்துச் சென்று அவனிடம் தந்துவிடுங்கள்," என்று மீன்களின் அரசர் உத்தரவிட்டார்.

அரசரின் உத்தரவின்படி, மாணிக்கக் கல்லை எடுத்த மீன்கள் அதை ஒரு பாத்திரத்தில் வைத்து இளைஞன் கண்ணில் படும்படி மிதக்க வைத்தன. இளைஞனும் மகிழ்ச்சியோடு அதை எடுத்துச் சென்று கலிபாவிடம் தந்தான். கலிபா தான் சொன்னபடியே தன் மகளை அவனுக்கு மணம் செய்து வைத்தார்.

"உள்ளத்தில் உறுதியோடு ஒரு செயலில் ஈடுபட்டால், வெற்றி நிச்சயம்"

எனக்கு ஒரு கண் போனால்....

பௌத்த ஜாதகக் கதை

ஒரு விவசாயி ஒரு வட்டிக்கடைக்காரனிடம் நிறைய கடன் வாங்கித் துன்பப் பட்டுக்கொண்டிருந்தான். விளைச்சல் நன்றாக இருந்த காலத்திலும் கூட, அவனது வருமானம் குறைவாகவே இருந்தது. எனவே, அவ்வப்போது வட்டிக்கடைக்காரனிடம் கடன் வாங்குவான். ஒரு சமயம் விவசாயியிடம் வட்டியைக் கட்டவும் பணம் இல்லாமல் போனது. அவன் வட்டிக்கடைக்காரனிடம் சென்று, "நீ கல்லில் இருந்து தண்ணீரைப் பிழிந்து எடுக்க முடியாதது போலவே என்னிடமிருந்தும் இனி வட்டியை வாங்க முடியாது. நானும் உன்னைப் போல் பணக்காரனாக ஏதாவது வழி சொல். நான் பணக்காரனாகி, உன்னிடம் வாங்கிய கடனை வட்டியுடன் திருப்பித் தருகிறேன்," என்றான்.

வட்டிக்கடைக்காரன், "நம் ஊருக்கு வெளியே சற்றுத் தள்ளியுள்ள மலையடிவாரத்தில் ராம் என்ற துறவி ஒருவர் இருக்கிறார். அவரிடம் சென்று பணக்காரனாவது எப்படி என்ற கேள். அவர் உதவுவார்," என்றான்.

விவசாயி மூன்று அப்பங்களைச் சுட்டு ஒரு துணியில் சுற்றி எடுத்துக் கொண்டு, அந்த மலையடிவாரம் சென்றான். மலையடிவாரத்தில் ஒருவன் உட்கார்ந்திருந்தான். அவனிடம் ஒரு அப்பத்தைக் கொடுத்து, "ராம் என்ற துறவி நீங்கள்தானா?" என்று கேட்டான். அவன் அப்பத்தைத் தின்றுவிட்டு, பதில் சொல்லாமல் எழுந்துபோய்விட்டான். பிறகு மலையடிவாரத்திலேயே சிறிது தூரம் நடந்தான். அங்கு ஒரு மரத்தடியில் ஒருவன் அமர்ந்திருந்தான். அதுதான் ராம் என்ற துறவி என்று நினைத்த விவசாயி அவனிடம் ஒரு அப்பத்தைத் தந்து, "நீங்கள்தான் ராம் என்ற துறவியா?" என்றான். அவன் "என் பசிக்கு அப்பம் தந்ததற்கு நன்றி," என்று சொல்லிவிட்டு எழுந்து சென்றுவிட்டான். விவசாயி கவலையோடு இன்னும் சிறிது தூரம் நடந்தான். அங்கே ஒரு குகை வாசலில்

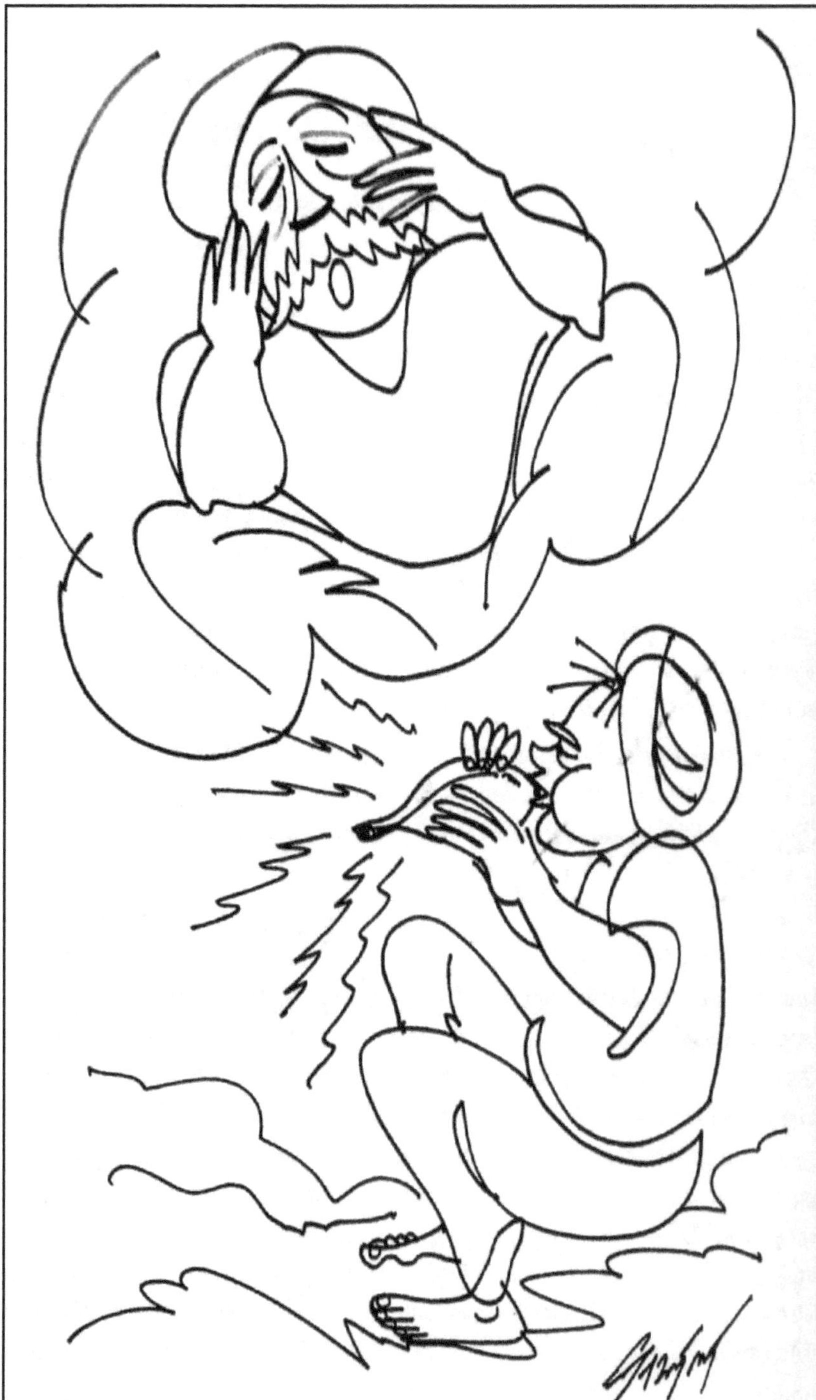

ஒருவர் தியானம் செய்து கொண்டிருந்தார். அவரிடம் சென்ற விவசாயி தன்னிடமிருந்த அப்பத்தை அவர் காலடியில் வைத்து, "ராம் என்ற துறவி எங்கே இருப்பார்?" என்றான். "நான்தான் அது" என்ற அந்த மனிதர் அப்பத்தை ஆசையாகச் சாப்பிட்டார். "உனக்கு என்ன வேண்டும்?" என்றார் அன்போடு. விசாரித்தார்.

விவசாயி தன் துன்பங்களையெல்லாம் சொல்லி, தான் பணக்காரனாக வேண்டும். அதற்கு அவர் உதவ வேண்டும் என்றான். அவர் உடனே தன் பையிலிருந்து ஒரு சங்கை எடுத்துத் தந்தார். அதை ஒரு குறிப்பிட்ட ராகத்தில் ஊதக் கற்றுத் தந்தார். "இந்த குறிப்பிட்ட ராகத்தில் சங்கை ஊதி, நீ எது வேண்டும் என்று நினைத்தாலும், சங்கு அதை உடனே தந்துவிடும்", என்றார். விவசாயி மகிழ்ச்சியோடு அவரை வணங்கி, சங்குடன் வீடு திரும்பினான்.

வீடு வந்ததும், அந்த குறிப்பிட்ட ராகத்தில் துறவி கற்றுத் தந்ததைப் போலவே ஊதி தன் குடிசை ஒரு மாளிகையாக மாற வேண்டும் என்று நினைத்தான். அடுத்த கணம் குடிசை மாளிகையாக மாறியது. அடுத்து பொன், பொருள், உடை, நகைகள், பொற்காசுகள் என பலவற்றையும் அந்த சங்கை ஊதிப் பெற்றுக் கொண்டான். துறவியின் அருளால் பணக்காரனாகி விட்டான். ஆசைப்பட்டது போலவே, வட்டிக்கடைகாரனைவிட பெரிய பணக்காரனாகி விட்டான்.

வட்டிக்கடைக்காரனுக்கு பொறாமையாக இருந்தது. விவசாயியைத் தேடி வந்து "நீ எப்படி பணக்காரனாக மாறினாய்?" என்று கேட்டான். விவசாயி "நீ சொன்ன துறவி ஒரு சங்கைத் தந்தார். அதை ஊதினால் நினைத்தது கிடைக்கும். அதை வைத்து நான் எல்லா செல்வங்களையும் அடைந்தேன்," என்றான். ஆனால் முன்னெனச்சரிக்கையாக அந்த சங்கை ஒரு குறிப்பிட்ட ராகத்தில் ஊதவேண்டும் என்பதைச் சொல்லாமல் மறைத்து விட்டான்.

பணக்காரன் மனதில் ஒரு திட்டம் போட்டான். சில நாட்களில் ஒரு அடியாளை விட்டு சங்கைத் திருடிக் கொண்டு வந்து தன்னிடம் தரச் சொன்னான். அவனும் அதன்படியே அந்த சங்கைத் திருடி வந்து வட்டிக்கடைக்காரனிடம் தந்துவிட்டான். வட்டிக்கடைக்காரன் எனக்கு இது வேண்டும், அது வேண்டும் என்று பலவற்றை நினைத்தும் ஊதிப் பார்த்தான். ஒன்றும் வரவில்லை. வாய் வலித்ததுதான் மிச்சம்.

ஐந்தாறு மாதங்களில், சங்கின் மூலம் கிடைத்த பொருட்கள் எல்லாம் தீர்ந்து போனதும், விவசாயி பழையபடி ஏழையாகி விட்டான். சங்கையும் எங்கு தேடியும் கிடைக்கவில்லை. என்ன செய்வது? வட்டிக்கடைக்காரனிடம் வட்டிக்குக் கடன் வாங்கப் போனான்.

வட்டிக்கடைக்காரன் விவசாயியிடம் சங்கு தன்னிடம் இருப்பதாகவும், தான் சொல்வதை ஏற்றுக் கொண்டால் சங்கைத் திருப்பித் தருவதாகவும் நிபந்தனை விதித்தான். சங்கைப் பெற வேண்டும் என்பதற்காக வேறு வழியின்றி விவசாயி சரியென்றான். “சங்கை ஊதி நீ என்ன கேட்டாலும், அதில் எனக்கு இரண்டு மடங்கு கிடைக்க வேண்டும் என்று நினைத்துக் கொண்டு சங்கை ஊது,” என்று சொல்லி சங்கைத் திருப்பித் தந்தான் வட்டிக்கடைக்காரன். விவசாயி அவ்வாறே நினைத்து சங்கை அந்த குறிப்பிட்ட ராகத்தில் ஊதினான். பிறகு தனக்கு நூறு பொற்காசுகள் உடனடியாகத் தேவை என்று நினைத்து சங்கை மீண்டும் ஊதினான். விவசாயிக்கு சங்கு உடனடியாக நூறு பொற்காசுகளைத் தந்தது. அதே சமயம் வட்டிக்கடைக்காரனுக்கு இருநூறு பொற்காசுகளைத் தந்தது.

விவசாயி வீடு திரும்பினான். பழையபடி பணக்காரனாகிவிட்டான். சங்கு கேட்டதை எல்லாம் அவனுக்குத் தந்தது. அதே சமயம் அவன் கேட்டது போல இருமடங்கை வட்டிக்கடைக்காரனுக்குத் தந்தது. ஆனால், சங்கின் உதவியால் வட்டிக்கடைக்காரனை விட தான் பணக்காரனாக இருக்க வேண்டும் என்ற விவசாயியின் ஆசை எப்போதுமே நிறைவேறாத நிலை ஏற்பட்டுவிட்டது.

விவசாயிக்கு அதை நினைக்க நினைக்க ஆத்திரமாக இருநத்து. இந்த வட்டிக்கடைக்காரன் சங்கைத் திருடி ஏமாற்றியவன். ஆனால் அவனை நாமே நம்மைவிட பணக்காரனாக்குகிறோமே என்று மிகவும் வேதனைப்பட்டான். அந்த வேதனையிலும் அவனுக்கு ஒரு யோசனை வந்தது.

சங்கை எடுத்தான். “எனக்கு ஒரு கண்ணில் பார்வை பறிபோகவேண்டும்,” என்று நினைத்துக் கொண்டு, அந்தக் குறிப்பிட்ட ராகத்தில் சங்கை ஊதினான்.

வட்டிக்கடைக்காரனுக்கு இரண்டு கண்ணிலும் பார்வை போய்விட்டது.

இளம் குடும்பத் தலைவி

சீன தேசத்துக் கதை

முன்னொரு காலத்தில் சீன தேசத்தில் ஒரு பெரியவர் இருந்தார். அவருக்கு மூன்று மகன்கள். முதல் இரண்டு மகன்களுக்கும் திருமணம் ஆகியிருந்தது. பொதுவாக வீட்டில் நல்ல மகிழ்ச்சியாகத்தான் இருக்கும். ஆனால் மருமகள்கள் தம் தாய்வீட்டிற்குச் சென்று வந்துவிட்டால் வீட்டில் சிறுசிறு பிரச்சனைகள் வரும். பெரியவர் மருமகள்கள் தம் தாய்வீடு செல்வதை எப்படித் தடுப்பது என்று யோசித்து ஒரு திட்டம் போட்டார்.

அடுத்த முறை அவர்கள் தம் தாய்வீடு செல்ல அனுமதி கேட்ட போது, பெரியவர், "போய் வாருங்கள். ஆனால் வரும் போது நீங்கள் எனக்கு இரண்டு பொருட்கள் கொண்டுவரவேண்டும். நான் கேட்பதைக் கொண்டு வராவிட்டால், நான் திரும்பவும் உங்கள் அம்மா வீடு செல்ல அனுமதிக்க மாட்டேன்," என்றார்.

"சரிங்க மாமா... என்ன வேண்டும் என்று சொல்லுங்கள்," என்றனர் இரு மருமகள்களும்.

"ஒரு காகிதத்தில் கொஞ்சம் காற்றைப் பொட்டலம் போட்டுக் கொண்டு வரவேண்டும்," என்று ஒரு மருமகளிடமும், "ஒரு காகிதத்தில் கொஞ்சம் தீயைக் கொண்டு வரவேண்டும்," என்று மற்ற மருமகளிடமும் சொன்னார் பெரியவர்.

இதைக் கேட்டு மருமகள்கள் இருவரும் திகைத்தார்கள். சரி, முதலில் அம்மா வீட்டிற்குப் போகலாம், பிறகு பார்த்துக் கொள்ளலாம் என்று கிளம்பி விட்டார்கள். தாய்வீட்டில் சந்தோஷமாக சில நாட்கள் இருந்தார்கள். கணவன் வீடு திரும்ப வேண்டிய நாள் வந்ததும்தான் மாமனார் கேட்டது பற்றிய பயம் வந்தது.

ஆனாலும் கணவன் வீட்டிற்குக் கிளம்பிவிட்டார்கள். வழியெங்கும் மாமனார் கேட்டதை எப்படி நிறைவேற்றுவது என்ற கவலையோடு புலம்பிக் கொண்டே நடந்தார்கள். அப்போது ஒரு எருமை மீது சவாரி செய்து கொண்டு வந்த ஒரு இளம்பெண் இவர்களது புலம்பலைக் கேட்டாள். உங்களுக்கு என்ன பிரச்சனை என்று கேட்டாள். இவர்களும் தங்கள் மாமனார் கேட்டதைச் சொன்னார்கள். அந்தப் பெண், “இவ்வளவுதானா... கவலைப் படாதீர்கள்,” என்றாள் சிரித்தபடி.

முதல் மருமகளைப் பார்த்து, “ஒரு காகிதத்தில் ஒரு விசிறியைப் பொட்டலம் கட்டி அந்தக் கிழவரிடம் கொடு,” என்றாள். அடுத்தவளிடம், “ஒரு சிமினி விளக்கை ஏற்றி, ஒரு காகிதப் பையில் போட்டு மாமனாரிடம் கொடு,” என்றாள்.

மருமகள்கள் இருவருக்கும் தம் பிரச்சனை தீர்ந்தது பற்றி ஒரே மகிழ்ச்சி. அந்தப் பெண்ணிற்கு நன்றி சொல்லிவிட்டுக் கிளம்பினார்கள். மாமனாரிடம் அந்தப் பெண் கூறியபடியே விசிறியையும், சிமினி விளக்கையும் தந்தார்கள். மாமனாருக்கு தன் மருமகள்களின் அறிவு பற்றித் தெரியும் என்பதால் உங்களுக்கு இதை யார் சொல்லித் தந்தது என்று அதட்டிக் கேட்டார். இருவரும் வழியில் சந்தித்த அந்தப் பெண் பற்றிச் சொன்னார்கள்.

“இவ்வளவு புத்திசாலியான பெண் ஒரு நல்ல குடும்பத்தைச் சேர்ந்தவளாகத் தான் இருக்கவேண்டும், அவளை எனது கடைசி மகனுக்கு மணம் முடிக்கப் போகிறேன்,” என்றார் பெரியவர். அந்தப் பெண்ணைப் பற்றி விசாரிக்க நாலாதிசையிலும் தனது வேலைக்காரர்களை அனுப்பினார். அவர்களும் அவளது ஊரைக் கண்டுபிடித்து வந்து சொன்னார்கள். பெரியவர் அவள் வீடு சென்று அவர்களது பெற்றோரிடம் சொல்லி, அவளைத் தனது கடைசி மகனுக்குத் திருமணம் செய்து வைத்தார். திருமணம் ஆகி வந்த சில நாட்களிலேயே வீட்டு நிர்வாகம் முழுவதையும் ஏற்று, பொறுப்பாக நடத்த ஆரம்பித்தாள்.

பெரியவருக்கு மிகவும் மகிழ்ச்சி. மிக நிறைவான ஒரு வாழ்க்கை வாழ்ந்தார். எனவே தன் வீட்டு வாசலில், ‘இது நிறைவான வீடு’ என்று ஒரு பலகையை மாட்டி வைத்தார்.

சில காலம் கழித்து அவ்வழியே சென்ற ஒரு துறவி இந்தப் பலகையைப் படித்தார். யார் இது இத்தனை திமிராக எழுதி வைத்தவன், இந்த வீட்டினருக்கு ஏதாவது பாடம் புகட்டி, இந்தத் திமிரை அடக்க வேண்டுமே என்று கோபப்பட்டார். வீட்டில் நுழைந்த அவரை கடைசி மருமகள்தான் வீட்டு வாசலில் வரவேற்றாள். துறவி வீட்டு வாசலில் நின்றபடியே, “இது நிறைவான வீடாமே... அப்படியானால் எனக்கு இந்தச் சாலையின் நீளத்திற்கு ஒரு துணியை நெய்து கொடு. இல்லாவிடில் சபித்து விடுவேன்,” என்றார்.

“கண்டிப்பாக துறவியே.... சாலையின் இரு முனைகளையும் கண்டுபிடித்து, எத்தனை நீளம் என்று அளந்து தாங்கள் சொன்னால், அந்த அளவிற்கு நான் துணியை நெய்து தங்கள் காலடியில் சமர்ப்பிக்கிறேன்,” என்றாள் அவள் பணிவாக. அவர்கள் வீடு இருந்த சாலை எங்கோ வெகு தொலைவில் இருந்த தலைநகரத்திலிருந்து நாட்டின் கடைசி எல்லை வரை செல்வது. அதன் ஆரம்பமும், முடிவும் யாருக்கும் தெரியாது என்பதால் துறவிக்கு இதற்குப் பதில் சொல்ல முடியவில்லை.

“சரி, வேண்டாம்,.. கடல் நீரளவு எண்ணெய் ஆட்டிக் கொண்டுவா....” என்றார்.

“கண்டிப்பாக துறவியே... தாங்கள் தயவுசெய்து கடலில் எத்தனை ஆழாக்கு நீர் உள்ளது என்று சொன்னால், ஒரு நொடியில் நான் அத்தனை ஆழாக்கு எண்ணெயை செக்கில் ஆட்டித் தந்துவிடுகிறேன்,” என்றாள் அதே பணிவோடு.

துறவிக்கு என்ன சொல்வது என்று தெரியவில்லை. சில மணித்துளிகள் யோசித்தார். இந்தப் புத்திசாலிப் பெண்ணை மடக்குவது எளிதல்ல என்று உணர்ந்தார். யோசித்தபடியே, பக்கத்தில் பறந்து வந்த ஒரு புறாவைச் சட்டென்று பிடித்தார்.

“பெண்ணே ! நீ மிகவும் புத்திசாலியாக இருக்கிறாய். இந்தப் புறாவை நான் பறக்கவிடப் போகிறேனா இல்லை அதன் கழுத்தை நெரிக்கப் போகிறேனா என்று சொல் பார்ப்போம்,” என்றார்.

புத்திசாலி மருமகள் துறவியை வணங்கி, “துறவியே ! நீங்கள் முக்காலமும் அறிந்த ஞானி. வாசலில் நிற்கும் நான் இப்போது

உள்ளே செல்லப் போகிறேனா, இல்லை, தெருவில் இறங்கப் போகிறேனா என்று சொல்லுங்கள், நானும் உங்கள் கேள்விக்கு விடை தருகிறேன்," என்றாள்.

துறவிக்கு என்ன சொல்வது என்று தெரியவில்லை. "மாபெரும் துறவியான தங்களுக்கே என் கேள்விக்கு விடை தெரியாதபோது, அனைத்தும் அறிந்த ஞானியான தங்களது கேள்விக்கு இந்தச் சிறுமிக்கு எப்படி விடை தெரியும்?" என்று கேட்டு மீண்டும் அவரை வணங்கினாள் அந்தப் பெண்.

"நீ சொல்வதும் சரிதான். இந்த வீடு நிறைவான வீடுதான்," என்று துறவி தனது பயணத்தைத் தொடர்ந்தார். அந்த இளம் மருமகளும் தனது வீட்டு வேலைகளைப் பார்க்க ஆரம்பித்தாள்.

இளையவளும், அரக்கனும்

ஸ்காட்லாந்து நாட்டுக் கதை

முன்னொரு காலத்தில் ஸ்காட்லாந்து நாட்டில் ஒரு ராஜா, ராணி இருந்தார்கள். ராஜா திடீரென்று இறந்து போனார். ராஜாவின் தூரத்து உறவினர் ஒருவர் ராஜா ஆகிவிட்டார். அவர் ராணியையும், அவளது மூன்று மகள்களையும் அரண்மனையை விட்டுத் துரத்திவிட்டார். ஊருக்கு வெளியே குடிசையும், தோட்டமும் போட்டுக் கொள்ள சிறிதளவு நிலமும் கொடுத்தார்.

ராணி சுறுசுறுப்பானவள். இந்தத் துன்பத்தைக் கண்டு கலங்கவில்லை. புது ராஜா கொடுத்த நிலத்தில் சின்ன குடிசை கட்டிக் கொண்டு, தோட்டம் போட்டு, ஒரு பசு மாட்டை வளர்த்து உழைத்து வாழ்ந்தாள். மூத்த மகள்கள் இருவரும் தமது நிலை பற்றிப் புலம்பினாலும், உழைத்து வாழ்வதன் உயர்வு பற்றி ராணி எடுத்துக் கூறுவாள்.

ஒரு நாள் இரண்டாவது மகள் தோட்டத்தில் முட்டைக்கோஸ் பறிக்கச் சென்றாள். “அம்மா, இங்கே பாருங்கள்,. யாரோ நமது முட்டைக் கோஸ்களை திருடிச் சென்றிருக்கிறார்கள்,” என்று அலறினாள்.

எல்லோரும் தோட்டத்திற்குச் சென்றார்கள். முட்டைக்கோஸ்கள் அனைத்தும் திருடப்பட்டிருந்ததைப் பார்த்து மூன்று பெண்களும் வேதனைப்பட்டார்கள். ராணி விரைவில் புதிய முட்டைக்கோஸ்கள் வளர்ந்துவிடும் என்று ஆறுதல் சொன்னாள். அக்காக்கள் இருவரும் அழுது கொண்டிருக்க, கடைசிப் பெண் தோட்டத்தில் இங்கும் அங்கும் சுற்றிப் பார்த்தாள்.

“அம்மா, வேலிக்கு அருகே பிரும்மாண்டமான காலடித் தடம் இருப்பதைப் பாருங்கள்,” என்றாள்.

எல்லோரும் அங்கு சென்று பார்த்தார்கள். அவ்வளவு பெரிய காலடித் தடம் என்றால் ஒரு அரக்கன் தான் வந்திருக்க

வேண்டும். அவர்கள் இரவு காவல் இருந்து யார் அந்த அரக்கன் என்று பார்க்கவேண்டும் என்று முடிவு செய்தார்கள்.

மூத்தவள் அன்றிரவு தான் காவல் இருப்பதாகச் சொன்னாள். அன்றிரவு ஒரு போர்வையைப் போர்த்திக் கொண்டு தோட்டத்தில் மறைந்து உட்கார்ந்தாள். திடீரென தரை அதிரும் விதமாக காலடி ஓசை கேட்டது. ஒரு பெரிய அரக்கன் வேலியைத் தாண்டி தோட்டத்தில் நுழைந்து முட்டைக்கோஸ்களைப் பறிக்க ஆரம்பித்தான்.

மூத்தவள், “எங்கள் முட்டைக்கோஸ்களை ஏன் திருடுகிறாய்?” என்று சத்தம் போட்டாள். அரக்கன் உடனே அவளைச் சட்டென்று பிடித்து தன் சாக்குப்பையில் போட்டுக்கொண்டான். சாக்கைத் தோளில் போட்டுக்கொண்டு, ஒரு பெரிய மலையைத் தாண்டி தன் வீட்டை அடைந்தான்.

அங்கு சாக்கிலிருந்து அவளை வெளியே போட்ட அரக்கன் அவளை “மாட்டை மேய்ச்சலுக்கு அனுப்ப வேண்டும், கம்பளியை சிக்கெடுத்து போர்வை நெய்ய வேண்டும், கஞ்சி காய்ச்ச வேண்டும்” என்று உத்தரவிட்டுவிட்டு எங்கோ சென்றுவிட்டான். மூத்தவள் மாட்டை மேய்ச்சலுக்கு அனுப்பிவிட்டு, கஞ்சி காய்ச்சினாள். மிகவும் பசித்தது. கஞ்சியைக் குடிக்க உட்கார்ந்தாள்.

அப்போது பரிதாபமான தோற்றத்தோடு ஒருவன் வந்து “எனக்கு ஏதாவது சாப்பிடக் கொடு,” என்றான். “போ.. போ.. அரக்கன் வந்தால் உன்னைக் கொன்றுவிடுவான்,” என்று அவனை விரட்டிவிட்டு, கஞ்சியைக் குடித்தாள்.

பிறகு கம்பளி நூல்களைச் சிக்கெடுக்க ஆரம்பித்தாள். அவை மிகவும் சிக்கலாக இருந்தன. அவளால் அதை சரிசெய்யமுடியவில்லை. பொறுமையின்றிச் சிக்கெடுத்ததால், கம்பளி நூல்கள் அறுந்தன. அதற்குள் அரக்கனுக்காக அடுப்பில் வைத்திருந்த கஞ்சி தீய்ந்து விட்டது. வீடு வந்த அரக்கன் அவள் ஒரு வேலையையும் சரியாகச் செய்யவில்லை என்று அவளை சேந்தியில் தூக்கிப் போட்டுவிட்டான்.

இரண்டாம் நாள் இரண்டாவது மகள் காவலுக்கு இருக்க, அவளுக்கும் இதே கதிதான். அரக்கன் அவளைத் தூக்கி வந்தான்.

வேலைகள் தந்தான். அவள் வேலைகளைச் சரியாகச் செய்யவில்லை. பசி என்று வந்தவனுக்கு எதுவும் தரவில்லை. அவளும் சேந்தியில் தூக்கி எறியப்பட்டாள்.

மூன்றாம் நாள் அரக்கன் தோட்டத்திற்கு வந்த போது, இளைய மகள் காவலில் இருந்தாள். அரக்கனைப் பார்த்ததும், "இரவு வணக்கம்," என்றாள் பணிவாக. "நீ என்னுடன் வரவேண்டும்" என்றான் அரக்கன். "நன்றி.. நான் தயார்," என்றாள் இளையவள்.

அரக்கனுக்கு அவள் நடத்தை வியப்பாக இருந்தது. தனது சாக்கில் அவளைப் போட்டுக் கொண்டான். இளையவள் தன் கையில் இருந்த கத்தியால் சாக்கில் சின்ன ஓட்டை போட்டு, அரக்கனின் வீட்டுக்குச் செல்லும் பாதையைத் தெரிந்து கொண்டாள்.

அரக்கன் அவளுக்கும் அதே வேலைகளைத் தந்துவிட்டு வெளியே சென்றான். அவளும் மாட்டை மேய்ச்சலுக்கு அனுப்பிவிட்டு கஞ்சி காய்ச்ச ஆரம்பித்தாள்.

அப்போது வழக்கம்போல அந்தப் பிச்சைக்காரன் வந்து பசிக்கிறது என்றான். இளையவள் அவனுக்கு தான் குடிக்க வைத்திருந்த கஞ்சியைக் கொடுத்தாள். கஞ்சியைக் குடித்த அவன் "இந்தக் கம்பளியைச் சிக்கெடுத்து நான் நெய்து தரவா" என்றான். "சரி" என்றதும், அவள் கஞ்சி காய்ச்சத அவன் வேகமாக ஒரு அழகான கம்பளியை நெய்து தந்துவிட்டுக் கிளம்பினான்.

அரக்கன் நல்ல கஞ்சியும், கம்பளியும் கண்டு மகிழ்ந்தான். "உன் அக்காக்களுக்கும் இவற்றைக் கற்றுக் கொடு", என்று சொல்லி சேந்தியில் ஏற ஒரு ஏணி தந்தான்.

சேந்தியில் சகோதரிகள் மூவரும் மகிழ்ச்சியாகப் பேசிக் கொண்டனர். மறுநாள் கீழே இறங்கி வந்த இளையவள், "எங்கள் வீட்டில் மாட்டிற்கு புல் அறுக்க ஆள் யாரும் இல்லை. எனவே இந்த புல் மூட்டையை எங்கள் அம்மாவிடம் தருகிறீர்களா?" என்று பணிவாக அரக்கனிடம் கேட்டாள். அரக்கனும் "சரி" என்று புல் மூட்டையை அவள் அம்மா

வீட்டில் தந்து வந்தான். அன்றிரவும் இளையவள் சேந்தியில் தான் உறங்கினாள்.

மறுநாளும் அரக்கனிடம் அம்மாவிற்கு புல்மூட்டையை அனுப்பினாள். அன்று மாலை அரக்கன் திரும்பி வந்ததும் "நான் காலையில் சீக்கிரமே வெளியே செல்லவேண்டும், நான் திரும்பி வரும்போது வீட்டை நன்றாக சுத்தம் செய்து வை," என்றான். "காலையில் நீங்கள் செல்லும்போது இந்தக் கூடையை மட்டும் எங்கள் அம்மா வீட்டில் கொடுத்து விடுங்கள்," என்றாள் இளையவள்.

மறுநாள் அதிகாலையில் அரக்கன் எழுந்த போது, இளையவள் சேந்தியிலிருந்து இறங்கி வந்திருக்கவில்லை. நேற்று வீட்டை சுத்தம் செய்த அலுப்பு போலும், சின்னப் பெண் தானே என்று நினைத்தபடி அரக்கன் அவள் வைத்திருந்த பெரிய கூடையைத் தலையில் சுமந்தபடி கிளம்பினான். இரண்டு நாட்களாக புல் மூட்டையில் அவளது இரண்டு சகோதரிகளையும் அவள் அம்மா வீட்டில் போய் தந்ததைப் போல, இப்போது அந்தக் கூடையில் இளையவளைச் சுமந்து செல்கிறோம் என்பது அவனுக்குத் தெரியவில்லை, பாவம்.

வீட்டில் அனைவரும் ஒன்றுசேர்ந்து மகிழ்ச்சியாக சாப்பிட்டார்கள். அப்போது அரசரிடமிருந்து ஒரு சேவகன் வந்து அரசர் அவர்களை கையோடு அழைத்து வரச் சொன்னதாகச் சொன்னான். அவர்களும் அரண்மனை கிளம்பினார்கள்.

அரசன் தன் தவறுக்கு வருந்தி அவர்களை அரண்மனையிலேயே வசிக்கச் சொல்ல, அனைவரும் மகிழ்ந்தார்கள்.

இரவு வீடு திரும்பிய அரக்கன் வீட்டில் இளையவள் இல்லாதது கண்டு திகைத்தான். கஞ்சிக் கலயமும் காலியாக இருந்தது. என்ன செய்வது என்று நொந்தபடியே அரக்கன் அடுப்பைப் பற்ற வைத்துக் கஞ்சி காய்ச்ச ஆரம்பித்தான்.

குறும்புக்காரி

சிலி நாட்டுக் கதை

சிலி நாட்டில் ஒரு ஏழைப் பெண்மணிக்கு மூன்று மகள்கள் இருந்தனர். அவர்கள் அரண்மனைக்கு எதிர்ப்புறமாக ஒரு சிறு தோட்டத்தில் வசித்து வந்தனர். தோட்டத்தில் துளசிச் செடிகளை வளர்த்து அதை விற்றுப் பிழைத்தார்கள். நாட்டின் அரசன் தினமும் காலையிலும், மாலையிலும் உப்பரிகையில் நின்று மூன்று இளம் பெண்களும் தோட்ட வேலை செய்வதை வேடிக்கை பார்ப்பான். மூவரிலும் மிகவும் சுட்டியான கடைசிப் பெண்ணை வம்புக்கு இழுக்க சந்தர்ப்பம் பார்த்து வந்தான். ஒரு நாள் கடைசிப் பெண் தோட்டத்தில் வேலை பார்த்துக் கொண்டிருந்த போது, உப்பரிகையில் நின்றுகொண்டு, "சுட்டிப் பெண்ணே ! உன் துளசிச் செடிகளில் மொத்தம் எத்தனை இலைகள்?" என்றான்.

"தந்திரக்கார அரசே, வானத்தில் எத்தனை நட்சத்திரங்கள்?" என்றாள் கடைசிப் பெண்.

அரசனுக்குக் கோபமாகிவிட்டது. இவளை அவமதிக்க வேண்டும் என்று முடிவு செய்தான். அதற்கு ஒரு ஏற்பாடு செய்தான். ஒரு கிழட்டுப் பணியாளை ஆரஞ்சுப் பழம் விற்பவன் போல் வேடமிட்டு அவர்களது குடிசைப் பக்கம் செல்லச் சொன்னான். அங்கு என்ன செய்ய வேண்டும் என்பதையும் சொல்லி அனுப்பினான்.

அரசனின் பணியாளும் ஒரு கழுதை மேல் ஆரஞ்சுப் பழ மூட்டையை ஏற்றிக் கொண்டு, "ஆரஞ்சு, ஆரஞ்சு" என்ற கூவிச் சென்றான். அவனைப் பார்த்த மூத்த பெண். "ஐயா, ஆரஞ்சுப் பழம் என்ன விலை?" என்றாள். கிழவனும் அரசன் சொல்லித் தந்தது போல், "உன் போன்ற அழகிக்கு விலை கிடையாது. நீ ஒரு முத்தம் தந்தால் போதும்," என்றான். மூத்த பெண்ணுக்கு

வெட்கமாகி விட்டது. முகம் சிவக்க குடிசைக்குள் ஓடிக் கதவைப் படாரென்று சாத்தினாள்.

மறுநாளும் பழம் விற்பவன் வந்தான். இப்போது இரண்டாவது பெண் அவனைப் பார்த்து விலை கேட்டாள். அவனும், "நீ ஒரு முத்தம் தந்தால் போதுமானது. பழங்கள் எல்லாவற்றையும் தந்துவிடுவேன்," என்றான் அரசன் சொல்லித் தந்தது போல். இவளும் அக்காவைப் போலவே வெட்கத்தோடு குடிசைக்குள் ஓடிவிட்டாள்.

கடைசிப் பெண் "என்ன விஷயம்?" என்று கேட்டாள். அக்காக்கள் இருவரும் ஆரஞ்சு வியாபாரி பற்றிக் கூறினார்கள். "ஏன் இப்படி வெட்கப் படுகிறீர்கள்? ஒரு முத்தத்திற்கு ஒரு மூட்டை ஆரஞ்சு கிடைக்குமே," என்றாள் அந்தக் குட்டிப் பெண். "அவன் நாளை வந்தால், நான் பார்த்துக் கொள்கிறேன்," என்றாள்.

மறுநாள் ஆரஞ்சு வியாபாரி வரும் நேரத்திற்கு கடைசிப் பெண் தயாராகக் காத்திருந்தாள். அவனும் வந்தான். இவள், "ஆரஞ்சு என்ன விலை?" என்றாள். அவன் வழக்கம் போலவே, "உன் போன்ற அழகியிடம் விலை சொல்ல முடியுமா? நீ ஒரு முத்தம் தந்தால் போதும். இந்த ஆரஞ்சு மூட்டை உனக்குத் தான்," என்றான். "அப்படியா? அப்படியானால் மூட்டையை என் குடிசைக்குள் இறக்கி வை," என்றவாறே அவனுக்கு உதட்டில் லேசாக ஒரு முத்தம் தந்துவிட்டாள். இப்போது அவனுக்கு வெட்கமாகப் போய்விட்டது. மூட்டையை குடிசைக்குள் இறக்கி வைத்துவிட்டு ஓடிவிட்டான்.

மறுநாள் அரசன் விடியும் போதே உப்பரிகைக்கு வந்து நின்றுவிட்டான். கடைசிப் பெண் தோட்டத்திற்கு வந்ததும், "சுட்டிப் பெண்ணே ! உன் துளசிச் செடிகளில் மொத்தம் எத்தனை இலைகள்?" என்றான்.

"தந்திரக்கார அரசே, வானத்தில் எத்தனை நட்சத்திரங்கள்?" என்றாள் கடைசிப் பெண்.

"வாயை மூடு ஜாலக்காரியே ! ஆரஞ்சு விற்கும் கிழவனுக்கு எத்தனை முத்தம் தந்தாய்? அதையாவது சொல்," என்றான் அரசன் கிண்டலாக.

"ஆஹா.. இது உன் வேலைதானா, இதற்கு சரியான பதிலடி தருகிறேன் பார்" என்று எண்ணியவாறே பதிலேதும் பேசாமல் குடிசைக்குள் ஓடிவிட்டாள் அவள். சிறிது யோசித்ததும் ஒரு திட்டம் கிடைத்துவிட்டது.

தலையிலிருந்து கால் வரை மூடும்படியாக ஒரு கறுப்பு உடையை அணிந்து கொண்டாள். கண்கள் மட்டுமே வெளியே தெரியும்படியான உடை அது. கையில் ஒரு மணியை எடுத்துக் கொண்டாள். ஒரு கழுதைக் குட்டியின் மீது ஏறி அமர்ந்து, மணியை கணீர் கணீர் என்று அடித்தபடி சவாரி செய்து கொண்டு அரண்மனை வாசலை அடைந்தாள்.

காவலர்கள் அவளை மறித்து "நீ யார்? உனக்கு என்ன வேண்டும்?" என்றார்கள். "நான் மரண தேவதை. உங்கள் அரசனைத் தேடி வந்திருக்கிறேன்," என்றாள் அச்சுறுத்தும் குரலில். பயந்து போன காவலர்கள் நடுங்கியபடியே கதவைத் திறந்து விட்டார்கள். மணியை கணீர் கணீர் என்று ஓசையெழுப்பியபடி "எங்கே அரசன்? அவன் உயிரைப் பறிக்க வந்துள்ள மரண தேவதை நான்," என்று குரலை மாற்றிக் கொண்டு உரக்கக் கூவிக் கொண்டே கழுதைச் சவாரி செய்தபடி அரசனின் தர்பாரில் நுழைந்தாள்.

நடுநடுங்கிப் போன அரசன், தடாலென்று அவள் காலடியில் விழுந்து, "அம்மா, தாயே, மரண தேவதையே, நான் மிகவும் இளைஞன். எனக்கு இன்னும் மணமாகவில்லை. நான் இன்னும் பல இன்பங்களை அனுபவிக்க வேண்டும். தயவு செய்து என்னை விட்டுவிடுங்கள். அதற்காக நீங்கள் என்ன சொன்னாலும் நான் செய்கிறேன்," என்றான்.

கடைசிப்பெண், "நான் சொல்வதைச் செய்தால் விட்டுவிடுகிறேன்," என்றாள் கரகரத்த குரலில்.

"உத்தரவிடுங்கள் தாயே!" என்றான் அரசன்.

"எனது வாகனமான இந்தக் கழுதைக் குட்டியின் பின்புறத்தில் மூன்று முறை முத்தமிட்டால் உன்னை உயிரோடு விட்டுவிடுகிறேன்." என்றவாறு மணியை கணீர் கணீர் என்று ஓசை எழுப்பினாள்.

உயிருக்காக எதைவேண்டுமானாலும் செய்யத் தயாராக இருந்த அரசன் கழுதைக்குட்டிக்குப் பின்புறமாகச் சென்று அதன் வாலைத் தூக்கி முத்தமிட்டான். துர்நாற்றத்தில் குமட்டிக் கொண்டு வந்தது. இருந்தாலும் உயிராசையில் பல்லைக் கடித்துக் கொண்டு மூன்று முறை முத்தமிட்டான். "சரி, உன் உயிர் எனக்கு வேண்டாம், உனக்கு உயிர்ப்பிச்சை தந்தேன்," என்றபடி அவள் மணியோசை எழுப்பிக் கொண்டு தன் கழுதையைத் திருப்பிக் கொண்டு வெளியேறினாள்.

அரசன் 'அப்பாடா, உயிர் பிழைத்து விட்டோம்' என்று அன்றிரவு நிம்மதியாக உறங்கினான். மறுநாள் காலை வழக்கம் போல உப்பரிகைக்கு வந்தான். கடைசிப் பெண்தான் துளசி பறித்துக் கொண்டிருந்தாள். "சுட்டிப் பெண்ணே ! உன் துளசிச் செடிகளில் மொத்தம் எத்தனை இலைகள்?" என்றான் வழக்கம் போல. அவளும், "தந்திரக்கார அரசே, வானத்தில் எத்தனை நட்சத்திரங்கள்?" என்றாள் வழக்கம் போல.

"வாயை மூடு ஜாலக்காரியே ! ஆரஞ்சு விற்கும் கிழவனுக்கு எத்தனை முத்தம் தந்தாய்? அதையாவது சொல்," என்றான் அரசன் கிண்டலாக.

"அது இருக்கட்டும். நீ நேற்று கழுதையின் பின்புறத்தில் எத்தனை முறை முத்தமிட்டாய். அதைச் சொல்," என்றாள் அந்தக் குறும்புக்காரி.

'ஆஹா.. இது உன் வேலைதானா..' என்று இந்த முறை அரசன் வியந்தான். விறுவிறுவென உள்ளே சென்று காவலர்களிடம் அந்த மூன்று பெண்களையும், அவர்களது தாயாரையும் அழைத்து வரச் சொன்னான். அவர்களும் பயந்தவாறே வந்தார்கள்.

"இத்தனை புத்திசாலி குடிசையில் இருக்கக் கூடாது. என் மனைவியாக அரசியாக இந்த மாளிகையில் இருக்கட்டும்," என்றான் அவன்.

எல்லோரும் மகிழ்ந்தார்கள்.

யார் வேலை கடினம்?

நார்வே நாட்டுக் கதை

முன்னொரு காலத்தில் கடும் உழைப்பாளியான கணவன் ஒருவன் இருந்தான். அவன் தன் மனைவி எப்போதும் வீட்டில் சுகவாசியாக ஜாலியாக இருப்பதாக நினைத்தான். ஒருநாள் வயலில் கதிரடித்து விட்டு வீட்டுக்கு வந்து தன் வேலையில் உள்ள கஷ்டங்களைப் பற்றிப் புலம்பிக் கொண்டே இருந்தான்.

"என்னங்க, இப்படி புலம்பாதீங்க," என்றாள் மனைவி ஆறுதலாக. "நாளைக்கி வேணா நாம நம்ம வேலைகள மாத்திப்போம். நீங்க வீட்டையும், பாப்பாவையும் பாத்துக்கங்க, நா போய் வயக்காட்டு வேலையப் பாக்கறேன்," என்றாள்.

கணவனுக்கும் இந்த யோசனை நல்லதாகப் பட்டது. "சரி" என்றான். வீட்டில் இருப்பது எளிதாகத்தான் இருக்கும் என்று நினைத்தான்.

மறுநாள் காலை மனைவி அரிவாளை எடுத்துக் கொண்டு வயலுக்குப் போனாள். கணவன் வீட்டு வேலை பார்க்க வீட்டிலேயே தங்கினான். முதலில் மோரைக் கடைந்து வெண்ணெய் எடுக்கலாம் என்று முடிவு செய்தான். கடைய ஆரம்பித்த சிறிது நேரத்திலேயே தாகமாக இருந்தது. கொஞ்சம் பீர் சாப்பிடலாம் என்று ஸ்டோர் ரூமிற்குச் சென்றான். பீர் பீப்பாயில் குழாயைத் திறக்கும் போது, சமையலறைக்குள் பன்றிக்குட்டி நுழையும் சத்தம் கேட்டது. பாதி கடைந்த மோரை பன்றிக்குட்டி தட்டிவிட்டு விடக் கூடாதே என்று கையில் கோப்பையுடன் அவசரமாக ஓடினான். அதற்குள் பன்றிக்குட்டி மோர் முழுவதையும் கொட்டிவிட்டு, நக்கிக் கொண்டிருந்தது. தரை முழுக்க மோர், வெண்ணெய் பிசுபிசுப்பு. கோபத்தில் பீர் பீப்பாயை மறந்துவிட்டு, ஆத்திரத்தோடு பன்றிக்குட்டியின் வயிற்றில் ஒரு எத்து விட, அது வாசல்பக்கம் சுருண்டு விழுந்து உயிரை விட்டது. 'ஐயையோ, கையில் பீர்

குவளை இருக்கிறதே' என்று ஸ்டோர் ரூமுக்கு ஓடினான். அங்கு பீப்பாயிலிருந்த பீர் முழுக்க கீழே கொட்டியிருந்தது.

திரும்பவும் தொழுவத்திற்குச் சென்று வேறு பாத்திரத்தில் மோர் கொண்டு வந்து கடைய ஆரம்பித்தான். அப்போதுதான் மாட்டை மேய்ச்சல் நிலத்திற்கு கொண்டுபோய் விடவில்லை என்பது ஞாபகத்திற்கு வந்தது. இனி அவ்வளவு தூரம் மாட்டை இழுத்துச் செல்ல நேரம் இருக்காது. அவர்களது வீடு ஒரு மலைச்சரிவில் இருந்தது. அங்குள்ள வீடுகளில் கூரையில் புல் வளர்ப்பது வழக்கம். எனவே, வீட்டுக் கூரைக்கு ஏறிச் செல்வது போல ஒரு பலகையை சரிவாக பாலம் மாதிரி வைத்து, மாட்டை அதில் ஏற்றி கூரையில் உள்ள புல்லை மேயவிடலாம் என்று திட்டம் போட்டான்.

உள்ளே பாப்பா தவழ்ந்து கொண்டிருந்தாள். பாப்பா மோர் பாத்திரத்தை தட்டிவிட்டுவிடக் கூடாது என்று பாத்திரத்தை கையோடு எடுத்துக் கொண்டான். முதலில் மாட்டுக்குத் தண்ணீர் வைக்கவேண்டும் என்று கிணற்றில் நீர் இறைக்க முயன்றபோது, கிணற்றுச் சுவரில் வைத்த மோர்ப் பாத்திரம் கிணற்றுக்குள் விழுந்துவிட்டது. சரி போகட்டும் என்று, மாட்டை சரித்து வைத்த பலகை மூலம் கூரை மேல் ஏற்றிவிட்டான். அது மேய ஆரம்பித்தது.

சாப்பாட்டு நேரம் வந்துவிட்டது. ஆனால் ரொட்டி சாப்பிட வெண்ணெய் இல்லை. 'சரி, கொஞ்சம் கஞ்சி காய்ச்சுவோம்' என்று நினைத்தான். பானையில் தண்ணீரை நிரப்பி, அடுப்பின் மீது தொங்கவிட்டான். அப்போதுதான் கூரையிலிருந்து மாடு விழுந்துவிட்டால் என்ற பயம் வந்தது. மேலே போய் மாட்டின் கழுத்தில் ஒரு கயிற்றைக் கட்டினான். அந்தக் கயிற்றை புகைபோக்கி வழியே சமையலறைக்கு இறக்கினான். மாடு விழுந்துவிடாமல் இருக்க, கயிற்றின் மற்றொரு நுனியை தன் காலில் கட்டிக் கொண்டான்.

பானையில் தண்ணீர் கொதிக்க ஆரம்பித்துவிட்டதால், வேகமாக ஓட்ஸை அரைத்து மாவாக்க ஆரம்பித்தான். இவன் மாவு திரிக்க ஆரம்பித்த போது மாடு கூரையிலிருந்து இறங்க முயல, கயிறு இவனை புகைபோக்கி வழியே மேலே இழுத்தது

சிறிது நேரத்தில் மனைவி வயலிலிருந்து வந்த போது மாடு கூரையிலிருந்து தொங்கிக் கொண்டிருப்பதைப் பார்த்தாள். அவள் உடனே தன் கையில் இருந்த அரிவாளால் கயிற்றை வெட்டிவிட்டாள். அப்போது உள்ளே கணவன் அலறும் சத்தம் கேட்டது. வீட்டுக்குள் ஓடிப் போய்ப் பார்த்தால், புகைபோக்கியின் கரி முழுவதும் உடல் முழுக்க அப்பியிருக்க கணவன் கீழே விழுந்து கிடந்தான். பாப்பா அலறிக் கொண்டிருந்தது. உணவு எதுவும் தயாராகவில்லை.

மறுநாள் கணவன் மகிழ்ச்சியாக வயல் வேலைக்குப் போனான். அதன்பிறகு அவன் தனது மனைவி வீட்டில் சொகுசாக இருப்பதாக ஒருநாளும் சொல்லவில்லை.

கேன்டியின் மதிநுட்பம்

அமெரிக்கக் கதை

மிசோரியின் ஓசார்க் பகுதியில் ஒரு கணவனும் மனைவியும் வாழ்ந்து வந்தனர். அவர்கள் ஒரு சாரட் வண்டியில் ஊர் ஊராகப் பயணம் செய்வார்கள். சாரட் வண்டியில் வெள்ளிப் பிடி போட்ட அழகான ஒரு சவப்பெட்டி வைத்திருப்பார்கள். பயணம் செல்லும் வழியில் ஏதேனும் ஒரு பெரிய பணக்காரர் வீட்டைப் பார்த்தால் அந்த மனைவி தன் முகத்தில் வெண்மையாக ஒரு மாவைப் பூசிக் கொண்டு சவப்பெட்டிக்குள் சடலம் போல் படுத்துக் கொள்வாள்.

கணவன் அந்த வீட்டைத் தட்டி அன்றிரவு அந்த வீட்டின் மாட்டுத் தொழுவத்தில் படுத்துக் கொள்ள அனுமதி கேட்பான். பிறகு தான் ஒரு கௌரவமான குடும்பத்தைச் சேர்ந்தவன் என்றும், வெளியூரில் இறந்து போய் விட்ட தன் தங்கையின் உடலை வீட்டுக்கு எடுத்துச் செல்வதாகவும் அழுதபடியே கூறுவான். பிறகு, தனது தங்கையின் சவப்பெட்டி மாட்டுத் தொழுவத்தில் ஒரு இரவு முழுவதும் கிடந்தது என்பதை அறிந்தால் தனது வயதான பெற்றோர் வருந்துவார்கள் என்றும், அதனால் அந்தப் பெட்டியை மட்டும் வீட்டினுள் முன் வராந்தாவில் வைக்க அனுமதிக்க வேண்டும் என்றும் கெஞ்சுவான். அவர்களும் இரக்கப்பட்டு அனுமதிப்பார்கள். அன்றிரவு சவப்பெட்டியிலிருந்து அந்தப் பெண் வெளியே வந்து வீட்டின் கதவைத் திறந்து விடுவாள். அவன் உள்ளே நுழைந்து, வீட்டில் உள்ள பொருட்களை எல்லாம் திருடிக் கொள்வான். இருவரும் அப்படியே ஓடிவிடுவார்கள். வீட்டுக்காரர்கள் யாராவது எழுந்து வந்துவிட்டால் அவர்களைக் கொன்று போட்டுவிடுவார்கள்.

இப்படித்தான் ஒரு நாள் ஆஷ்கிராப்ட் என்பவர் வீட்டிற்கு வந்தார்கள். அங்கு ஆஷ்கிராப்ட்டும் அவரது மனைவி கேன்டியும் மட்டும் வசித்து வந்தார்கள். கேன்டிக்கு இவர்களைப் பார்த்ததுமே சந்தேகமாக இருந்தது. இருப்பினும் ஆஷ்கிராப்ட் இரக்க குணம் உடையவன். அப்போது மழை வேறு வருவது போல் இருந்தது. எனவே அவர்கள் சவப்பெட்டியை வீட்டு வராந்தாவில் வைக்க அனுமதித்தார்கள். அவனையும் உள்ளேயே படுத்துக் கொள்ளச் சொன்னார்கள். அவன் தான் நாள் முழுவதும் பயணம் செய்ததால் மிகவும் அழுக்காக இருப்பதாகவும், அதனால் மாட்டுத் தொழுவத்திலேயே படுப்பதாகவும் சொன்னான். மேலும் தனது தங்கையின் நகைகளும், மற்ற பொருட்களும் வேறு சாரட்டில் இருப்பதால், அதன் பக்கத்திலேயே இருப்பதுதான் பாதுகாப்பானது என்றும் சொன்னான்.

ஆஷ்கிராப்ட்டும், கேன்டியும் அவனுக்கு உணவு தந்தார்கள். வெளிச்சத்திற்காக ஒரு சிறு கைவிளக்கையும் தந்துவிட்டு, வீட்டை உள்ளே பூட்டிக் கொண்டு தமது அறைக்குச் சென்றார்கள். கேன்டி தன் கணவனிடம் மெல்லிய குரலில், "எனக்கு என்னமோ சந்தேகமாக இருக்கிறது. அந்த சவப்பெட்டியைத் திறந்து பார்த்தபோது அந்தப் பிணம் கண் சிமிட்டியது போல் இருந்தது," என்றாள். ஆஷ்கிராப்ட், "அதெல்லாம் ஒன்றும் இல்லை. நான் போர்க்களத்தில் பல பிணங்களைப் பார்த்தவன். நீ இப்போதுதான் ஒரு பிணத்தை அருகில் பார்ப்பதால் உனக்கு இப்படியெல்லாம் தோன்றுகிறது," என்று சமாதானம் சொன்னான். பிறகு, "நீ காலையில் எழுந்து அவனுக்கு ஏதேனும் உணவு தயாரித்துக் கொடு, பாவம்," என்றான். பின்னர் குறட்டை விட்டுத் தூங்க ஆரம்பித்தான்.

கேன்டிக்குத் தூக்கம் வரவில்லை. சத்தமின்றி மெதுவாக வாசல் பக்கம் சென்றாள். போகும்போதே சமையலறையிலிருந்து ஒரு சின்னக் கோடரியையும் எடுத்துக் கொண்டாள். இவள் வராந்தா பக்கம் செல்லும் போது சவப்பெட்டி திறந்தது. உள்ளே இருந்து ஒரு பெண் எழுந்தாள். கேன்டி சட்டென்று கோடரியை ஓங்கி அவள் மண்டையில் போடவும் அவள் செத்து அப்படியே பெட்டிக்குள் விழுந்தாள். கேன்டி மெதுவாக

தன் அறைக்கு வந்து கணவனை எழுப்பினாள். விஷயத்தைச் சொன்னாள். அவன் கோடரியை வாங்கிக் கொண்டான். போய் மெதுவாகக் கதவைத் திற என்று சொல்லிவிட்டு கதவின் பின்னால் கோடரியுடன் தயாராக நின்றான். கதவைத் திறந்ததும் சாரட்காரன் உள்ளே நுழைந்தான். இப்போது ஆஷ்கிராப்ட் கோடரியால் அவன் தலையில் ஒன்று போட, அவனும் செத்து விழுந்தான்.

விளக்கைக் கொண்டு வந்து பார்த்தார்கள். இறந்த இருவரிடமும் கத்தியும், துப்பாக்கியும் இருந்தன. சாரட்காரனின் இடுப்பு வாரில் ஏராளமான தங்கக் காசுகள் இருந்தன. அந்தப் பெண்ணின் இடுப்பில் இருந்த சிறு பையில் மூன்று வைர மோதிரங்கள் இருந்தன. சவப்பெட்டிக்கு அடியில் மேலும் நிறைய தங்க வெள்ளி நகைகள் இருந்தன. இரண்டு பிணங்களையும் அதே சவப்பெட்டியில் போட்டு, தோட்டத்தில் குழிதோண்டிப் புதைத்தார்கள். மறுநாள் காலையில் சாரட் வண்டியை அடுத்த ஊருக்குச் சென்று விற்றுவிட்டார்கள். திருடர்களின் பணம், நகைகள், குதிரை ஆகியவற்றோடு மகிழ்ச்சியாக வாழ்ந்தார்கள்.

அதன்பிறகு அந்தப் பகுதியில் எங்குமே திருட்டுப் போகவில்லை என்று மக்கள் பேசிக் கொண்டார்கள்.

சூனியக் கிழவி

ரஷ்யதேசத்துக் கதை

முன்னொரு காலத்தில் ஒரு விவசாயி இருந்தான். அவனுக்கு ஒரு ஆண், ஒரு பெண் என இரட்டைக் குழந்தைகள் இருந்தனர். விவசாயியின் மனைவி இறந்துவிட்டாள். அவன் தனியாக குழந்தைகளை வளர்க்கச் சிரமப் பட்டான். எனவே மறுமணம் செய்து கொண்டான். சித்தி குழந்தைகளை மிகவும் கொடுமைப்படுத்தினாள். சாப்பாடு கூட சரியாகத் தரமாட்டாள். இந்தக் குழந்தைகளை எப்படியாவது தொலைத்துக் கட்ட வேண்டும் என்று நினைத்த அவள், அவர்களை கொடுமைக்காரியான ஒரு சூனியக் கிழவி வசிக்கும் காட்டிற்கு அனுப்ப முடிவு செய்தாள்.

ஒருநாள் சித்தி அவர்களிடம், ”நீங்கள் மிகவும் சமர்த்துக் குழந்தைகள் என்பதால் நான் உங்களை காட்டில் இருக்கும் என் பாட்டி வீட்டிற்கு அனுப்ப ஆசைப்படுகிறேன். நீங்கள் அவளுக்கு உதவியாக இருக்க வேண்டும். அவள் உங்களை நன்றாகப் பார்த்துக் கொள்வாள். உங்கள் உதவிக்காக நல்ல பரிசுகள் தருவாள்,” என்றாள்.

எனவே குழந்தைகள் கிளம்பினார்கள். பெண் குழந்தை நல்ல புத்திசாலி. அவள், “நாம் முதலில் நம் பாட்டி வீடு சென்று நாம் எங்கே போகிறோம் என்பதை சொல்லிவிட்டுச் செல்வோம்,” என்றாள்.

பாட்டியிடம் விஷயத்தைச் சொன்னதும், பாட்டி, “உங்கள் சித்தி உங்களை தன் பாட்டி வீட்டிற்கு அனுப்பவில்லை. அடர்ந்த காட்டிற்குள் வசிக்கும் சூனியக் கிழவியிடம் அனுப்புகிறாள். எனவே குழந்தைகளே எச்சரிக்கையாக இருங்கள். எல்லோரிடமும் மரியாதையாகப் பழகுங்கள். பிறருடைய பொருளை ஒருபோதும் எடுத்துக் கொள்ளாதீர்கள்

நான் எப்படியாவது உங்களுக்கு உதவப் பார்க்கிறேன்,” என்றாள்.

அவள் அவர்களுக்கு கொஞ்சம் பால், சிறிய இறைச்சித் துண்டு, சிறிது ரொட்டி ஆகியவற்றைத் தந்தாள். குழந்தைகள் காடு நோக்கி நடந்தனர். நீண்ட தூரம் நடந்த பின்னர் ஒரு வினோதமான சிறு குடிசையை அடைந்தனர்.

“யாரது?” என்று உள்ளேயிருந்து சீறினாள் சூனியக் கிழவி.

பாட்டி மரியாதையாக நடந்து கொள்ள வேண்டும் என்று சொல்லியிருப்பதால் குழந்தைகள், “காலை வணக்கம் பாட்டி. எங்கள் சித்தி உங்களுக்குச் சேவை செய்வதற்காக எங்களை அனுப்பி இருக்கிறாள்.,” என்றார்கள்.

“சரி, என்ன சேவை செய்கிறீர்கள் என்று பார்ப்போம், நல்லபடியாக வேலை பார்த்தால் பரிசு தருவேன். இல்லாவிட்டால், உங்களைத் தின்றுவிடுவேன்,” என்றாள் சூனியக் கிழவி.

அவள் சிறுமியை நூல் நூற்கச் சொன்னாள். பையனிடம் ஒரு சல்லடையைக் கொடுத்து கிணற்றிலிருந்து நீர் எடுத்து வரச் சொன்னாள். பெண் எப்படி நூற்பது என்று யோசித்துக் கொண்டிருந்த போது, கீச் கீச்சென்று ஒரே சத்தம். அறையின் எல்லா மூலைகளிலிருந்து நூற்றுக்கணக்கான சுண்டெலிகள் வந்தன. “எங்களுக்கு கொஞ்சம் ரொட்டி கொடு பாப்பா, நாங்கள் உனக்கு உதவுகிறோம்,” என்றன.

அவள் பாட்டி தந்த ரொட்டியிலிருந்த சிறிது எடுத்து சுண்டெலிகளுக்குத் தந்தாள். உடனே அவை தாம் நூல் நூற்றுத் தருவதாகக் கூறின. கிழவியின் பூனைக்கு சிறிது இறைச்சி தந்தால் அது அந்தக் காட்டிலிருந்து தப்பிக்க வழி சொல்லும் என்று ஆலோசனை கூறின. சிறுமி பூனையைத் தேடிச் செல்லும் போது சுண்டெலிகள் நூற்க ஆரம்பித்தன.

பூனையைத் தேடிச் செல்லும் வழியில் சல்லடையில் நீர் பிடிக்க தன் தம்பி போராடிக் கொண்டிருப்பதைப் பார்த்தாள். சல்லடையில் நீர் எப்படி நிற்கும்? “சல்லடையின் ஓட்டைகளை களிமண் பூசி அடைத்துவிட்டு, அதில் நீர் நிரப்பு,” என்று யோசனை சொன்னாள். அவனும் அவ்வாறே ஒரு துளிகூட கீழே சிந்தாமல் நீர் பிடித்துச் சொன்றான்.

பூனை அடுப்படியில் தூங்கிக் கொண்டிருந்த்து. அதற்கு சிறிது இறைச்சி கொடுத்தாள். “பூனைக் குட்டியே! இந்த சூனியக் கிழவியிடமிருந்து தப்ப வழி சொல்,” என்றாள்.

பூனை சோம்பல் முறித்தபடி எழுந்து ஒரு கைக்குட்டையையும், ஒரு சீப்பையும் தந்தது. சூனியக் கிழவி துரத்தி வரும் போது, அந்தக் கைக்குட்டையை தரையில் வீசிவிட்டு ஓடவேண்டும் . உடனே நடுவில் ஒரு ஆறு வந்துவிடும். கிழவி ஆற்றைத் தாண்டி வரும் போது சீப்பைத் தூக்கி எறியவேண்டும். நடுவே பெரிய காடு உருவாகிவிடும். அவர்கள் தப்பி விடலாம் என்றது.

பூனை சொல்லி முடிக்கும் போதே குழந்தைகள் வேலையை முடித்து விட்டார்களா என்று பார்க்க கிழவி வந்துவிட்டாள்.

“இன்று சரியாகச் செய்துவிட்டீர்கள். நாளை வேலை இன்னும் கடினமாக இருக்கும். அதைச் சரியாகச் செய்யாவிட்டால், உங்களை பொரித்துச் சாப்பிட்டுவிடுவேன்,” என்று எச்சரித்தாள் சூனியக் கிழவி.

அன்றிரவு குழந்தைகள் மூச்சு விடவும் பயந்தபடி விழித்துக் கொண்டே இருந்தார்கள். மறுநாள் கிழவி சிறுமி இரண்டு பட்டுத் துணிகள் நெய்ய வேண்டும் என்றாள். சிறுவனை விறகு பிளந்து கொண்டு வரவேண்டும் என்றாள்.

அவள் போனதும், இருவரும் கைக்குட்டையையும், சீப்பையும் எடுத்துக் கொண்டு கிழவியின் குடிசையை விட்டு எவ்வளவு வேகமாக ஓட முடியுமோ அவ்வளவு வேகமாக ஓடினார்கள். முதலில் கிழவியின் வேட்டை நாய் அவர்களைப் பார்த்து உறுமியபடி பாய்ந்தது. மிச்சமிருந்த ரொட்டித் துண்டை அதனிடம் வீசவும் அதைத் தின்ன ஆரம்பித்தது. பிர்ச் மரம் தன் கிளைகளால் அவர்களை ஓடவிடாமல் தடுத்தது. தனது ரிப்பனைக் கொண்டு அந்தக் கிளைகளை இழுத்துக் கட்டினாள் சிறுமி. ஒருவழியாக காட்டைத் தாண்டி திறந்த வெளிக்கு வந்தார்கள்.

கிழவியின் வீட்டில் பூனை சிறுமிக்காக பட்டுத் துணி நெய்து கொண்டிருந்தது. ஜன்னலருகே வந்து நின்ற கிழவி, “குழந்தாய், நெய்து கொண்டிருக்கிறாயா?,” என்று கேட்க, பூனை, “ஆமாம் பாட்டி,” என்று சிறுமியின் குரலில் சொன்னது.

ஆனால் சிறிது நேரத்தில் குழந்தைகள் வீட்டில் இல்லை என்பதை கிழவி கண்டுபிடித்துவிட்டாள். அவர்களை ஏன் தப்ப விட்டாய்? என்று பூனையைத் திட்டினாள். பூனை "இத்தனை ஆண்டுகளில் நீ எனக்கு சின்ன எலும்புத் துண்டு கூட தந்ததில்லை. ஆனால் அந்தக் குழந்தைகள் தம்மிடம் இருந்த ஒரே இறைச்சித் துண்டை எனக்குத் தந்தார்கள்," என்றது.

கிழவி வேட்டை நாயிடம் போய் "ஏன் அவர்களைத் தப்ப விட்டாய்?" என்றாள். அது, "இத்தனை ஆண்டுகளில் நீ எனக்கு ஒரு துண்டு ரொட்டி கூட தந்ததில்லை. அவர்களோ தங்களிடமிருந்த கடைசித் துண்டு ரொட்டியையும் எனக்குத் தந்தார்கள்," என்றது.

பிர்ச் மரமும், "என் கிளைகளில் நீ ஒரு கிழிந்த துண்டைக் கூட கட்டியதில்லை. அந்தக் குழந்தைகள் எனக்கு ரிப்பன் கட்டினார்கள்," என்றது.

நாமே தேடிப் போக வேண்டியதுதான் என்று கிழவி கிளம்பினாள்.. அருகில் ஏதோ சத்தம் கேட்பதை உணர்ந்த சிறுமி தன் கைக்குட்டையை எறிந்தாள். உடனே கிழவிக்கும் அவர்களுக்கும் நடுவே பெரிய ஆறு உருவாகி விட்டது. குறுகலான இடத்தைத் தேடி கிழவி ஆற்றைக் கடந்து வருவதற்குள் குழந்தைகள் வெகு தூரம் போய்விட்டார்கள்.

ஆனால் திரும்பவும் கிழவி அவர்கள் அருகே வந்துவிட்டாள். இப்போது சிறுமி சீப்பை எடுத்து எறிய, நடுவே பெரிய காடு உருவாகிவிட்டது. காட்டில் நுழைந்து வெளியே வர கிழவி நீண்ட நேரம் போராடினாள். ஆனால் மரங்களும் கொடிகளும் மிக அடர்த்தியாக இருந்ததால் வெளியே வர முடியவில்லை. கடைசியில் சரி வீட்டிற்குப் போய்விடுவோம் என்று தன் குடிசைக்குத் திரும்பிவிட்டாள்.

குழந்தைகள் ஓடிச் சென்று தம் வீட்டை அடைந்தனர். அவர்களைக் காணாமல் தேடிய தந்தையிடம் நடந்த அனைத்தையும் கூறினர். தந்தை தன் இரண்டாம் மனைவியை வீட்டை விட்டுத் துரத்தினார். பின்னர் மூவரும் சந்தோஷமாக சேர்ந்து வாழ்ந்தனர்.

பன்னிரண்டு சகோதரர்கள்

ஜெர்மனி தேசத்துக் கதை

ஒரு ராஜா ராணிக்கு பன்னிரண்டு மகன்கள் இருந்தார்கள். ராணி கர்ப்பமாக இருந்தாள். ஒரு நாள் ராஜா ராணியிடம், "உனக்குப் பிறக்கப் போகும் குழந்தை பெண்ணாக இருந்தால் நான் இந்த பன்னிரண்டு மகன்களையும் கொன்றுவிடுவேன். அப்போதுதான் என் மகளுக்கு எனது செல்வம் அத்தனையும் முழுமையாகக் கிடைக்கும்," என்றார். அதற்காக பன்னிரண்டு சவப்பெட்டிகளும் செய்து வைத்தார். அவற்றை ஒரு அறையில் வைத்துப் பூட்டி, சாவியை ராணியிடம் தந்தார். "இதுபற்றி யாரிடமும் சொல்லாதே" என்று எச்சரித்தார்.

ராணி சோகமாகவே இருப்பதை உணர்ந்த கடைசி மகனாக பெஞ்சமின், "அன்பான அம்மா, நீங்கள் ஏன் சோகமாகவே இருக்கிறீர்கள்?" என்றான்.

"மகனே, அதை நான் சொல்ல முடியாது,"

ஆனால் பெஞ்சமின் பிடிவாதம் பிடித்ததால் அந்த அறையில் இருக்கும் சவப்பெட்டிகளைக் காட்டி, "உங்கள் அப்பா இதை உனக்காகவும், உன் அண்ணன்களுக்காகவும் செய்து வைத்திருக்கிறார். உங்களுக்கு தங்கச்சிப் பாப்பா பிறந்தால் உங்களைக் கொன்று இவற்றில் வைத்து புதைத்து விடுவார்," என்றாள்.

அம்மா அழுவதைப் பார்த்த பெஞ்சமின், "அம்மா, கவலை வேண்டாம், நாங்கள் பார்த்துக் கொள்கிறோம்," என்றான்.

ராணி, "மகனே, உன் அண்ணன்களோடு நீ ஊருக்கு வெளியே உள்ள காட்டிற்குச் சென்றுவிடு, அங்கு உள்ள உயரமான மரத்தின் உச்சியில் மாற்றி மாற்றி உட்கார்ந்து கோட்டையை கவனித்துக கொண்டே இருங்கள். தம்பி பிறந்தால் நான் வெள்ளைக் கொடி ஏற்றுவேன். நீங்கள் திரும்பி வரலாம். தங்கை என்றால் சிவப்புக் கொடி ஏற்றுவேன். நீங்கள் உடனே

வேறெங்காவது தப்பிச் சென்றுவிட வேண்டும். கடவுள் உங்களைக் காப்பாற்றுவார். நான் உங்களுக்காகப் பிரார்த்தனை செய்வேன்," என்றாள்.

அவர்களும் தாயை வணங்கி காடு சென்றனர். அங்கே இருந்த உயரமான ஓக் மரத்தின் உச்சியில் ஒருவர் மாற்றி ஒருவர் உட்கார்ந்து கோட்டையைக் கவனித்து வந்தனர். பதினோரு நாட்கள் கழிந்தன. பெஞ்சமினின் முறை வந்தது. அவன் சிவப்புக் கொடி ஏற்றப்படுவதைப் பார்த்தான்.

சிவப்புக் கொடியைப் பார்த்து சகோதரர்கள் கோபப்பட்டார்கள். "ஒரு பெண் குழந்தையால் நாம் சாக வேண்டுமா? இதற்குப் பழி வாங்க வேண்டும். நாம் முதலில் பார்க்கும் பெண்ணைக் கொல்வோம்," என்றார்கள்.

பின்னர் காட்டிற்குள் வெகு தொலைவு சென்றார்கள். ஓரிடத்தில் ஒரு பாழடைந்த மாளிகை ஒன்று இருந்தது. "நாம் இங்கே தங்குவோம். பெஞ்சமின் இங்கே தங்கி சமையல் செய்யட்டும். நாம் அனைவரும் உணவு தேடிக் கொண்டுவருவோம்," என்றார் பெரிய அண்ணன்.

அவர்கள் முயல், மான், பறவைகள் போன்றவற்றை வேட்டையாடி வந்தார்கள். பெஞ்சமின் சமையல் செய்தான். இப்படியாக பத்தாண்டு காலம் கழிந்தது.

இச்சமயத்தில் அரசியின் மகள் வளர்ந்துவிட்டாள். அவள் எப்போதும் நெற்றியில் ஒரு தங்க நெற்றிச்சுட்டி அணிவாள். ஒருநாள் அரண்மனையில் ஓர் அறையில் பன்னிரண்டு ஆண்கள் சட்டை இருப்பதைப் பார்த்தாள்.

"இவை யாருடையவை? அப்பாவிற்கு இவை சின்னதாக இருக்குமே?" என்று தாயிடம் கேட்டாள்.

அம்மா சோகமாக, "குழந்தாய், அவை உன் அண்ணன்களுடையவை," என்றாள்.

"என் அண்ணன்கள் எங்கே? நான் கேள்விப்பட்டதே இல்லையே?"

"எங்கிருக்கிறார்களோ? கடவுளுக்குத்தான் தெரியும்," என்ற அரசி பழைய கதைகள் அனைத்தையும் மகளிடம் சொன்னாள். பன்னிரண்டு சவப்பெட்டிகளையும் காட்டினாள்.

“அம்மா, அழாதே. நான் அண்ணன்களைக் கண்டுபிடிப்பேன்,” என்றாள் மகள். பன்னிரண்டு சட்டைகளை எடுத்துக் கொண்டு காட்டில் தேட ஆரம்பித்தாள். மாலைவேளையில் காட்டிற்குள் இருந்த மாளிகையை அடைந்தாள். அங்கே பெஞ்சமின் இருந்தான்.

அவளது அழகான உடையையும். நெற்றிச்சுட்டியையும் பார்த்து வியந்த அவன், “நீ யார்? உனக்கு என்ன வேண்டும்” என்றான்.

அவள், “நான் அரசரின் மகள். எனது பன்னிரண்டு அண்ணன்களைத் தேடி வந்தேன். அவர்களைக் கண்டுபிடிக்கும் வரை நான் ஓய மாட்டேன்,” என்றாள். பன்னிரண்டு சட்டைகளையும் அவனிடம் காட்டினாள்.

அவள் தங்கள் தங்கைதான் என்று உணர்ந்த பெஞ்சமின், “நான் பெஞ்சமின். உன் கடைசி அண்ணன்,” என்றான்.

அவள் மகிழ்ச்சியில் கண்ணீர் விட்டாள். பெஞ்சமினும் அவளோடு சேர்ந்து கண் கலங்கினான். அவர்கள் ஆரத்தழுவி முத்தமிட்டுக் கொண்டார்கள். பின்னர் பெஞ்சமின், “தங்கையே, ஒரு சிக்கல் இருக்கிறது. தாம் பார்க்கும் முதல் பெண்ணைப் கொன்று போடுவதாக நம் அண்ணன்கள் சபதம் போட்டிருக்கிறார்கள்,” என்றான்.

“அண்ணன்கள் கையால் நான் மகிழ்ச்சியாக உயிர் விடுவேன்.”

“இல்லை. இந்தக் கூடையில் ஒளிந்து கொள். நான் அவர்கள் மனதை மாற்றிய பிறகு வெளியே வா,” என்று அவளை ஒரு கூடையில் மறைத்துவைத்தான்.

இரவு அண்ணன்கள் வேட்டையிலிருந்து திரும்பினார்கள். சாப்பிட உட்கார்ந்த போது தம்பியிடம், “இன்று என்ன விசேஷச் செய்தி?” என்றார்கள்.

“நான் வீட்டிலேயே இருப்பவன். ஆனாலும் உங்களை விட எனக்கு நிறைய தெரியும்,” என்றான் பெஞ்சமின்.

“அதைச் சொல்,”

“நாம் பார்க்கும் முதல் பெண்ணைக் கொல்ல மாட்டோம் என்று சத்தியம் செய்யுங்கள். சொல்கிறேன்.”

“சரி, சத்தியம் செய்கிறோம். நீ விஷயத்தைச் சொல்,” என்றார்கள் அவர்கள்.

“நம் தங்கை இங்கேதான் இருக்கிறாள்,” என்ற கூடையைத் தூக்கி வந்து திறந்தான். பட்டாடையோடு, நெற்றிச்சுட்டியோடு தங்கை வெளியே வந்தாள். அவள் மிக அழகாக இருந்ததால், அண்ணன்களுக்கு மிகவும் பிடித்துப் போனது.

பின்னர் அவள் அங்கேயே தங்கி, வீட்டு வேலைகளில் பெஞ்சமினுக்கு உதவினாள். வீட்டைச் சுத்தமாக, அழகாக வைத்திருக்க உதவினாள்.

ஒரு நாள் இருவரும் சமையல் செய்து கொண்டிருந்த போது, அண்ணன்கள் வேட்டையிலிருந்து திரும்பினார்கள். எல்லோரும் மகிழ்ச்சியாக இருந்தார்கள். வீட்டின் பின்புறம் ஒரு தோட்டம் இருந்தது. அதில் பன்னிரண்டு லில்லி மலர்கள் இருந்தன. தங்கை தன் அண்ணன்களுக்குத் தரலாம் என்று ஆசையாக அந்த லில்லி மலர்களைப் பறித்தவுடன், அண்ணன்கள் அனைவரும் அண்டங்காக்கைகளாக மாறிவிட்டார்கள். எங்கோ பறந்து போய்விட்டார்கள். மாளிகையும், தோட்டமும் மறைந்தன. இளவரசி காட்டில் தனியாக நின்றுகொண்டிருக்கும் போது ஒரு கிழவி தன்னருகே நிற்பதைப் பார்த்தாள்.

“குழந்தாய், அந்த மலர்களை ஏன் பறித்தாய்? அவை மந்திர மலர்கள். நீ பறித்ததால் அவர்கள் அண்டங்காக்கைகளாக மாறிவிட்டார்கள்,” என்றாள்.

“இதற்கு என்ன செய்வது?” என்றாள் இளவரசி

“இதற்கு ஒரே ஒரு வழிதான் இருக்கிறது. அது மிகக் கடினமானது. நீ ஏழாண்டுகள் மௌன விரதம் இருக்கவேண்டும். பேசக் கூடாது. சிரிக்கக் கூடாது. ஏழாவதாண்டின் கடைசி நேரத்தில் இப்படிச் செய்தாலும் கூட, எல்லாம் வீணாகிவிடும். உன் சகோதரர்கள் இறந்து விடுவார்கள்,” என்றாள் கிழவி.

‘நான் மௌன விரதம் இருக்கிறேன்’ என்று உறுதி செய்து கொண்டு இளவரசி ஒரு உயர்ந்த மரத்தில் ஏறி உட்கார்ந்து மௌன விரதத்தை ஆரம்பித்தாள்.

ஒருநாள் ஒரு அரசன் வேட்டைக்காக காட்டிற்குள் வர, அவனது வேட்டை நாய் அந்த மரத்தின் கீழே நின்று குரைத்தது. நாய் ஏன் குரைக்கிறது என்று மேலே பார்த்த அரசன் இளவரசியைக் கண்டான். தன்னை மணந்துகொள்ளுமாறு வேண்டினான். அவள் பதில் சொல்லாமல் தலையசைத்தாள். அரசன் தன் அரண்மனைக்கு அவளை அழைத்துச் சென்று மணந்துகொண்டான். மிகவும் சந்தோஷமாக வாழ்ந்தாலும். இளவரசி ஒரு வார்த்தை பேசவோ, சிரிக்கவோ மாட்டாள். இப்படி சில ஆண்டுகள் சென்றன.

அரசனின் தாயார் கொடுமைக்காரி. அவள் தன் மகனிடம், "இவள் யார் என்ன என்றே தெரியவில்லை. என்ன திட்டத்தோடு வந்திருக்கிறாளோ? பேசாவிட்டாலும் பரவாயில்லை. சிரிக்கக் கூட முடியாதோ? குற்றமுள்ள மனதுடையவர்கள்தான் சிரிக்க மாட்டார்கள்," என்று தூபம் போட்டாள்.

அரசன் முதலில் தாய் சொன்னதை நம்பவில்லை. ஆனால் தாய் திரும்பத் திரும்ப சொன்னதும் மனைவிக்கு மரண தண்டனை விதித்து விட்டான். அவளை உயிரோடு எரிப்பதற்காக அரண்மனை முற்றத்தில் தீ மூட்டப் பட்டது. அரசன் கண்ணீரோடு மரண தண்டனை நிறைவேறப் போவதைப் பார்க்க மாடத்தில் நின்றான். நெருப்பிற்கு நடுவே நின்ற தூணில் அவள் கட்டப்பட்ட போது, ஏழாவதாண்டின் கடைசி நிமிடம் முடிந்துவிட்டது.

காற்றில் ஏதோ சலசலப்பு. பன்னிரண்டு அண்டங்காக்கைகள் பறந்துவந்தன. பூமியைத் தொட்டதும் அவை அழகான வாலிபர்களாக மாறின. பன்னிரண்டு சகோதரர்களும் தீயை அணைத்தார்கள். தன் தங்கையை விடுவித்து, அவளை அணைத்து, முத்தமிட்டு, கண்ணீர் வடித்தார்கள். இப்போது அவள் பேசலாம் என்பதால் அவள் அனைத்தையும் அரசனிடம் கூறினாள். அவளது தியாகத்தை உணர்ந்த அரசன் மகிழ்ச்சி அடைந்தான். எல்லோரும் மகிழ்ச்சியாக சேர்ந்து வாழ்ந்தார்கள்.

புத்திசாலி மரியா

போர்ச்சுகல் நாட்டுக் கதை

முன்னொரு காலத்தில் போர்ச்சுகல் நாட்டில் ஒரு வியாபாரி இருந்தார். அவருடைய மனைவி இறந்து போய்விட்டாள். அவர் தமது மூன்று மகள்களுடன் வாழ்ந்து வந்தார். கடைசி மகளான மரியா மிக அழகு மட்டுமின்றி, புத்திசாலியும் கூட. ஒரு முறை அந்த நாட்டின் அரசர் வியாபாரியை ஒரு அரசாங்க வேலையாக வெளியூர் சென்று வர வேண்டும் என்று உத்தரவிட்டார்.. வியாபாரிக்கு மகள்களை விட்டுவிட்டுச் செல்லத் தயக்கம். இருந்தாலும் அரசருடன் செல்ல முடிவு செய்தார்.

புறப்படும்முன், தன் மூன்று மகள்களுக்கும் தலா ஒரு திருநீற்றுப் பச்சிலைச் செடி இருக்கும் தொட்டியைக் கொடுத்தார். "நான் வெளியூர் சென்றிருக்கும் போது நீங்கள் யாரையும் வீட்டிற்குள் அனுமதிக்கக் கூடாது. நான் இல்லாத போது வீட்டில் நடந்தவை அனைத்தையும் இந்தச் செடிகள் என்னிடம் சொல்லிவிடும்," என்றார்.

"நீங்கள் சொன்னபடியே நடந்துகொள்கிறோம், அப்பா," என்றனர் மூவரும்.

வியாபாரி கிளம்பிச் சென்றதும், அரசரும், அவரது இரண்டு நண்பர்களும் வியாபாரியின் வீட்டிற்கு வந்தார்கள். அவர்கள் வந்ததும், மரியா தாங்கள் மூவரும் அவர்களுக்கு சிறிது மதுபானம் எடுத்து வருவதாகச் சொன்னாள்.

"வேண்டாம், சிரமப் படாதீர்கள்," என்றார் அரசர்.

ஆனால், மரியா கொண்டுவருவதாகப் பிடிவாதம் செய்தாள். ஆனால் மதுபானம் வாங்கிக் கொண்டு வீட்டுக்கு வராமல், பக்கத்து வீட்டிற்குச் சென்று, அவர்களிடம் தன் சகோதரிகளுடன் தனக்கு சண்டை என்றும், அன்றிரவு மட்டும் அவர்கள் வீட்டில் தங்கிக் கொள்வதாகவும் கேட்டுக் கொண்டாள். மறுநாள்

காலையில் வீடு வந்தபோது, அப்பாவின் பேச்சைக் கேட்காததால் தன் சகோதரிகளின் செடிகள் வாடிப் போய்விட்டதைப் பார்த்தாள்.

அன்று மதியம் வீட்டிற்கு அடுத்தாற்போல் இருந்த அரசரின் தோட்டத்தில் அழகாகக் காய்த்திருந்த எலுமிச்சங்காய்களைப் பாத்த மரியாவின் சகோதரி, அவற்றைத் தனக்குப் பறித்துத் தருமாறு மரியாவிடம் கேட்டாள். மரியாவிற்கு விருப்பமில்லை. எனினும், சகோதரி திட்டுவாளே என்று தன் வீட்டு ஜன்னலிலிருந்து ஒரு கயிறு போட்டு, தோட்டத்தில் இறங்கி எலுமிச்சங்காய்களைப் பறித்தாள். அவளைப் பார்த்த தோட்டக்காரன் திருடன் என்று கத்தியபடி பிடிக்க வர, அவனைத் தள்ளி விட்டுவிட்டு கயிறு ஏறி வீடு வந்துவிட்டாள்.

மறுநாள் சகோதரி தோட்டத்தில் நன்கு பழுத்த வாழைப்பழங்களைப் பார்த்து அவை வேண்டும் என்றாள். விருப்பமின்றி மரியா கயிறு போட்டு தோட்டத்தில் இறங்கினாள். இந்த முறை அரசரிடமே மாட்டிக் கொண்டாள்.

அரசர் விசாரித்தபோது, மரியா புத்திசாலித்தனமாக உண்மையைக் கூறி விட்டாள். அவளைத் தண்டிப்பதற்காக, தன் பின்னால் வருமாறு கூறிவிட்டு, அரசர் முன்னே சென்றார். சிறிது தூரம் சென்றதும், அரசர் திரும்பிப் பார்த்தபோது மரியாவைக் காணவில்லை. அரசருக்கு பயங்கரமாகக் கோபம் வந்துவிட்டது.

பல மாதங்கள் ஆகிவிட்டன. இரு சகோதரிகளும் அரசரின் நண்பர்களைத் திருமணம் செய்து கொண்டு, பெண்குழந்தைகளைப் பெற்றெடுத்தார்கள். ஒரு நாள் மரியா ஆண்வேடத்தில் தன் சகோதரிகள் வீட்டிற்கு வந்தாள். யாருக்கும் தெரியாமல் குழந்தைகளை ஒரு கூடையில் வைத்து நிறைய மலர்களால் அவர்களை மறைத்தாள். பின்னர் அரண்மனைப் பக்கமாகச் சென்று, “இந்த மலர்க் கூடையை யாராவது அரசரிடம் தர முடியுமா?” என்றாள்.

அரசரின் படுக்கையறையின் ஜன்னல் திறந்திருந்ததால், அரசர் அவளது குரலைக் கேட்டார். கூடையை வாங்கி வர ஆளனுப்பினார். கூடையைத் திறந்து பார்த்தால் குழந்தைகள். மரியா ஏதோ தந்திரம் செய்கிறாள் என்பதை அறிந்தார். அவளை

எப்படித் தண்டிப்பது என்று யோசனையில் இருந்த போது, வியாபாரி ஊர் திரும்பி விட்ட செய்தி வந்தது. சரி, இப்போது பழி வாங்கலாம் என்று முடிவு செய்தார். வியாபாரி கல்லால் ஆன ஒரு மேல்கோட்டை மறு நாள் எடுத்து வர வேண்டும் என்றும், தவறினால் மரணதண்டனை என்றும் செய்தி அனுப்பினார்.

வியாபாரி தம் மகள்களைக் காண ஆவலோடு வந்தார். அவர்கள் தான் சொன்னபடி நடக்கவில்லை என்று அறிந்ததும் வருத்தமடைந்தார். அப்போதுதான் கல் கோட்டு கேட்டு அரசரின் உத்தரவும் வர நொந்து போனார்.

திடீரென்று வந்து அப்பாவைத் திகைக்க வைத்த மரியா, "கவலை வேண்டாம், அப்பா, அந்த சாக்பீஸை எடுத்துக் கொண்டு, அளவெடுக்க வந்ததாகச் சொல்லி அரசரைப் பாருங்கள்," என்றாள்.

அவள் அறிவில் நம்பிக்கை வைத்து வியாபாரியும் அதுபோலவே அரசரைச் சென்று பார்த்தார். அளவெடுக்க அரசர் ஒப்புக் கொள்ளவில்லை. "அப்படியானால் கோட்டு தயாரிக்க முடியாது," என்றார் வியாபாரி.

"சரி, கோட்டு வேண்டாம், உன் மகள் மரியாவை எனக்கு மணம் செய்து கொடு. நான் உனக்கு உயிர்ப்பிச்சை தருகிறேன்," என்றார் அரசர்.

வீட்டிற்கு வந்த வியாபாரி அரசரின் புதுக் கோரிக்கையை மகளிடம் சொல்லிப் புலம்பினார்.

"கவலை வேண்டாம் தந்தையே! என்னைப் போலவே ஒரு பொம்மை செய்யுங்கள். பொம்மையின் தலை ஆம், இல்லை என்பது போல் தலை ஆட்டும் படி ஒரு கயிற்றை இணைத்துத் தாருங்கள்," என்றாள் மரியா.

அரசர் மரியா வந்தவுடன் ஒரு அறையில் அமர வைக்குமாறு சேவகர்களிடம் சொல்லியிருந்தார். அது போலவே அவர்கள் மரியாவை அந்த அறையில் அமரவைத்தார்கள். சேவகர்கள் வெளியே சென்றதும் மரியா உடன் எடுத்துச் சென்ற தன் உருவ பொம்மையை சோபாவில் அமர வைத்து விட்டு சோபாவின்

பின் ஒளிந்து கொண்டாள். கையில் தலையை ஆட்ட வைக்கும் கயிறு.

அரசர் வந்ததும், “மரியா, நலமா?” என்றார். பொம்மை தலையாட்டியது. அரசர் மரியா தன்னை ஏமாற்றியதைப் பற்றி கோபமாகப் பேசினார். அவர் பேசப் பேச பொம்மை தலையாட்டிக் கொண்டே இருந்தது. “நீ பதில் பேசாமல் தலையை ஆட்டிக் கொண்டே இருக்கிறாயா? என்ன திமிர்?” என்று தன் வாளால் பொம்மையின் தலையைச் சீவினார் அரசர். அடுத்த கணம் கோபத்தில் இப்படிச் செய்து விட்டோமே என்று, “மரியா, தவறு செய்துவிட்டேன். உன்னைக் கொல்லாமல் விட்டிருந்தால் நான் உன்னை எவ்வளவு நேசித்தேன் என்பதை நீ காலப்போக்கில் புரிந்து கொண்டிருப்பாய்,” என்று கூறியவாறு அப்படியே கீழே சரிந்தார்.

மரியா சோபாவின் பின்னாலிருந்து எழுந்து வந்ததும், மரியா எவ்வளவு புத்திசாலி என்பதை அரசர் உணர்ந்தார். சில நாட்களில் அவர்களுக்குத் திருமணம் நடந்தது. அவர்கள் மகிழ்ச்சியாக வாழ்ந்தார்கள்.

புத்திசாலி மனைவி

ஜெர்மன் தேசத்துக் கதை

ஜெர்மனி தேசத்தில் ஒரு விவசாயி இருந்தார். அவருக்கு ஒரு சிறு வீடு மட்டுமே இருந்தது. அவருக்குப் புத்திசாலியான ஒரு மகள் இருந்தாள். ஒருநாள் மகள் விவசாயியிடம் அரசரிடம் சென்று சிறிது நிலம் கேட்டு வாங்கச் சொன்னாள். அரசரும் இவர்கள் ஏழைகளாக இருப்பதைப் பார்த்து புதர் மண்டிய ஒரு சிறு நிலத்தை அளித்தார். தந்தையும், மகளும் புதர்களை வெட்டி நிலத்தைத் திருத்த ஆரம்பித்தனர்.

நிலத்தை வெட்டித் திருத்தும் போது, ஒரு அழகான தங்க அம்மி கிடைத்தது. "அரசர் நமக்கு மிகவும் கருணையோடு இந்த நிலத்தைத் தந்திருக்கிறார். எனவே, அதற்கு நன்றி சொல்லும் விதமாக இந்த தங்க அம்மியை அவருக்குப் பரிசாகத் தரலாமா?" என்று விவசாயி தன் மகளிடம் கேட்டார்.

"நாம் இதைத் தந்தால் அரசர் இதற்கான குழவி எங்கே? என்று கேட்பார். நாம் இது மட்டும்தான் கிடைத்தது என்றால் நம்பமாட்டார். எனவே இதைத் தரவேண்டாம்," என்றாள் மகள்.

ஆனால் தந்தை மகளின் பேச்சைக் கேட்கவில்லை. அம்மியை எடுத்துக் கொண்டு அரசரிடம் சென்றார். அரசர் தந்த நிலத்தில் கிடைத்ததாகவும், எனவே அந்த அம்மியை தனது பரிசாக அரசர் ஏற்க வேண்டும் என்றும் சொன்னார்.

அரசர் அம்மியைப் பார்த்துவிட்டு, "இதோடு வேறு ஏதாவது கிடைத்ததா?" என்று கேட்டார்.

"இல்லை," என்றார் விவசாயி.

"இதன் குழவி எங்கே", என்றார் அரசர். "அம்மி இருந்தால் குழவியும் இருக்குமே. அதையும் கொண்டுவா", என்றார்.

விவசாயி இதுமட்டும்தான் கிடைத்தது என்று சொன்னதை அரசர் நம்பவில்லை. குழவி தன்னிடம் வரும்வரை நீ சிறையில் இரு என்று சொல்லி, விவசாயியை சிறையில் தள்ளினார்.

சிறையில் விவசாயிக்கு உணவும், தண்ணீரும் கொண்டு வந்த காவலர்கள், விவசாயி, "மகள் சொன்னதை நான் கேட்டிருக்க வேண்டும், அவள் சொன்னதைக் கேட்டிருந்தால் இந்த ஆபத்து வந்திருக்காது," என்று புலம்பியதைக் கேட்டார்கள். விவசாயி எதையும் சாப்பிடாமல் இப்படிப் புலம்பிக் கொண்டே இருந்தார்.

விவசாயி இப்படிப் புலம்பிக் கொண்டிருப்பதை காவலர்கள் அரசரிடம் போய்ச் சொன்னார்கள். அரசர் விவசாயியைத் தன்னிடம் அழைத்து வரும்படி காவலர்களுக்கு உத்தரவிட்டார்.

விவசாயி வந்ததும், "மகள் சொன்னதைக் கேட்டிருக்க வேண்டும் என்று புலம்பினாயாமே? உன் மகள் என்ன சொன்னாள்?, என்று அரசர் கேட்டார்.

"அரசருக்கு அம்மியைத் தரவேண்டாம். அம்மியைத் தந்தால் அவர் குழவி எங்கே என்று கேட்பார் என்று அவள் சொன்னாள்", என்றார் விவசாயி.

"உன் மகள் இத்தனை புத்திசாலியா? நான் அவளைப் பார்க்க விரும்புகிறேன் என்று அவளிடம் சொல், " என்றார் அரசர்.

மகள் அழைத்து வரப்பட்டாள். "நீ மிகவும் புத்திசாலி போலத் தெரிகிறது. நான் உனக்கு ஒன்று சொல்வேன். நீ அதைச் செய்தாயானால் நான் உன்னை மணந்து கொள்வேன்," என்றார் அரசர்.

"கூறுங்கள் அரசே?" என்றாள் அந்தப் பெண்.

"நீ உடையணியாமலும் வரக்கூடாது. நிர்வாணமாகவும் வரக் கூடாது. நடந்தும் வரக் கூடாது. சவாரியும் செய்யக் கூடாது. ஆனால், சாலையில் இல்லாமலும் இருக்கக் கூடாது. அப்படி நீ இங்கு நாளை வந்தால் நான் உன்னைத் திருமணம் செய்து கொள்வேன்," என்றார் அரசர்.

மறுநாள் அந்தப் பெண் தன் உடைகள் அத்தனையையும் அவிழ்த்தாள். தன் மேல் பெரிய மீன் வலையைப் போர்த்திக்

கொண்டாள். இப்போது அவள் ஆடையும் அணிந்திருக்கவில்லை. ஆனால் நிர்வாணமாகவும் இல்லை. பக்கத்து வீட்டுக்காரரின் கழுதையை இரவல் கேட்டுப் பெற்றாள். தனது மீன்வலையை அதன் வாலில் கட்டினாள். கழுதை அவளை இழுத்துச் சென்றதால் அவள் நடக்கவும் இல்லை. சவாரி செய்யவும் இல்லை. வண்டிப் பாதையில் கழுதை இழுத்துச் செல்லும் போது அவள் தனது வலது கால் கட்டைவிரலை மட்டும் லேசாக சாலையில் ஊன்றிக் கொண்டாள். அதனால் அவள் சாலையில் இருப்பதாகவும் ஆனது. இவ்வாறாக அவள் அரண்மனை வந்ததும் அரசர் தான் சொன்னபடி அவள் வந்ததை அறிந்தார். அவளது தந்தையை சிறையிலிருந்து விடுவித்தார். அவளையும் மணந்து கொண்டார்.

ஒருநாள் அரசருக்கும் அவளுக்கும் சண்டை வந்துவிட்டது. கோபத்தில் அரசர், "இனிமேல் நீ என் மனைவி இல்லை. உடனே இந்த அரண்மனையை விட்டு வெளியே போ. போகும் போது, என் கடைசிப் பரிசாக உனக்கு மிகவும் பிடித்த, சிறந்த ஒரு பொருளை இங்கிருந்து எடுத்துச் செல்லலாம்," என்று சொல்லிவிட்டார்.

"தங்கள் உத்தரவு இது என்றால் நான் அதை ஏற்கிறேன். கடைசியாக என்னுடன் தாங்கள் குளிர்பானம் அருந்த வேண்டும்," என்று கேட்டுக் கொண்டாள். அவள். அரசரின் பானத்தில் மயக்க மருந்தைக் கலந்து தந்தாள். பானத்தைப் பருகிய அரசர் மயங்கி விழுந்தார். உடனே அவள் தன் அந்தரங்கப் பணியாள் உதவியோடு அரசரை நல்ல மெல்லிய வெண்பட்டுத் துணியால் போர்த்தி, தனது பழைய சிறுகுடிசைக்குத் தூக்கிச் சென்றாள்.

அரசர் அன்று முழுவதும் மயக்கத்தில் இருந்தார். மயக்கம் தெளிந்து எழுந்ததும். 'நான் எங்கே இருக்கிறேன்?' என்று குழம்பினார். 'யாரங்கே' என்று சேவகர்களை அழைத்தார். ஒருவரும் வரவில்லை.

அப்போது அவரது மனைவி அவர் அருகில் வந்து, "அரசே! நீங்கள் எனக்கு மிகவும் பிடித்த, சிறந்த ஒரு பொருளை எடுத்துக் கொண்டு செல்லலாம் என்று சொன்னீர்கள். இந்த உலகில் உங்களை விட சிறந்த, எனக்குப் பிடித்த பொருள்

வேறு எதுவும் இல்லை. அதனால் தான் நான் உங்களை மயக்க மருந்து தந்து தூக்கிக் கொண்டு வந்துவிட்டேன்," என்றாள்.

அவள் அன்பைப் பார்த்து அரசருக்கு கண் கலங்கிவிட்டது. "என் அன்பான, புத்திசாலி மனைவியே! இனி எப்போதும் நாம் பிரியவே கூடாது," என்று அவளை அழைத்துக் கொண்டு அரண்மனை திரும்பினார். பின்னர் இருவரும் நீண்டகாலம் மகிழ்ச்சியோடு வாழ்ந்தார்கள்.

உண்மையான மனைவி

ஜெர்மன் கதை

முன்னொரு காலத்தில் ஒரு பேரரசருக்கு மாலீன் என்ற ஒரு அழகான மகள் இருந்தாள். அவள் பக்கத்து நாட்டு இளவரசனைக் காதலித்தாள். ஆனால் பேரரசர் வேறொரு அரசனைத்தான் அவள் மணந்து கொள்ள வேண்டும் என்றார். மாலீன் பிடிவாதமாக மறுத்துவிட்டாள். அவள் தந்தைக்கு கோபம் வந்துவிட்டது.

சூரிய சந்திர ஒளி புகாத வகையில் ஜன்னல்களே இல்லாமல் ஒரு இருள் மாளிகையைக் கட்டினார். அதில் மாலீனை அடைத்து விட்டார். "இதிலேயே நீ ஏழு ஆண்டுகள் இரு. அப்போதாவது உன் பிடிவாதம் குறைகிறதா என்று பார்ப்போம்," என்றார்.

ஏழு ஆண்டுகளுக்குப் போதுமான உணவும், நீரும் அங்கு இருந்தன. ஒரு பணிப்பெண்ணும் சேர்த்து அடைக்கப்பட்டாள். இருவரும் இருளில் நாட்களைக் கடத்தினார்கள். மாலீனைக் காதலித்த இளவரசன் அந்த மாளிகையைச் சுற்றிச் சுற்றி வந்து "மாலீன்... மாலீன்" என்று கத்தினான். பெரிய கனமான சுவர்களைத் தாண்டி அவன் குரல் உள்ளே கேட்கவில்லை.

காலம் மெல்ல நகர்ந்தது. உணவு, குடிநீர் இருப்பு குறைவதை வைத்து ஏழாண்டுகள் முடியப்போவதை மாலீன் அறிந்தாள். மாளிகையை உடைக்கும் சம்மட்டிச் சத்தம் கேட்கிறதா என்று ஆவலோடு சுவரில் காதுவைத்துக் கேட்டுக்கொண்டே இருந்தாள். ஒரு சத்தமும் இல்லை. உணவு முற்றிலுமாகத் தீர்ந்து போனதும், நாமே சுவரை உடைத்து வெளியே செல்லலாம் என்று முடிவு செய்தாள். அவளும், பணிப்பெண்ணும் ரொட்டி வெட்டும் கத்தியை வைத்து மாறிமாறி சுவரை பெயர்க்க ஆரம்பித்தனர்.

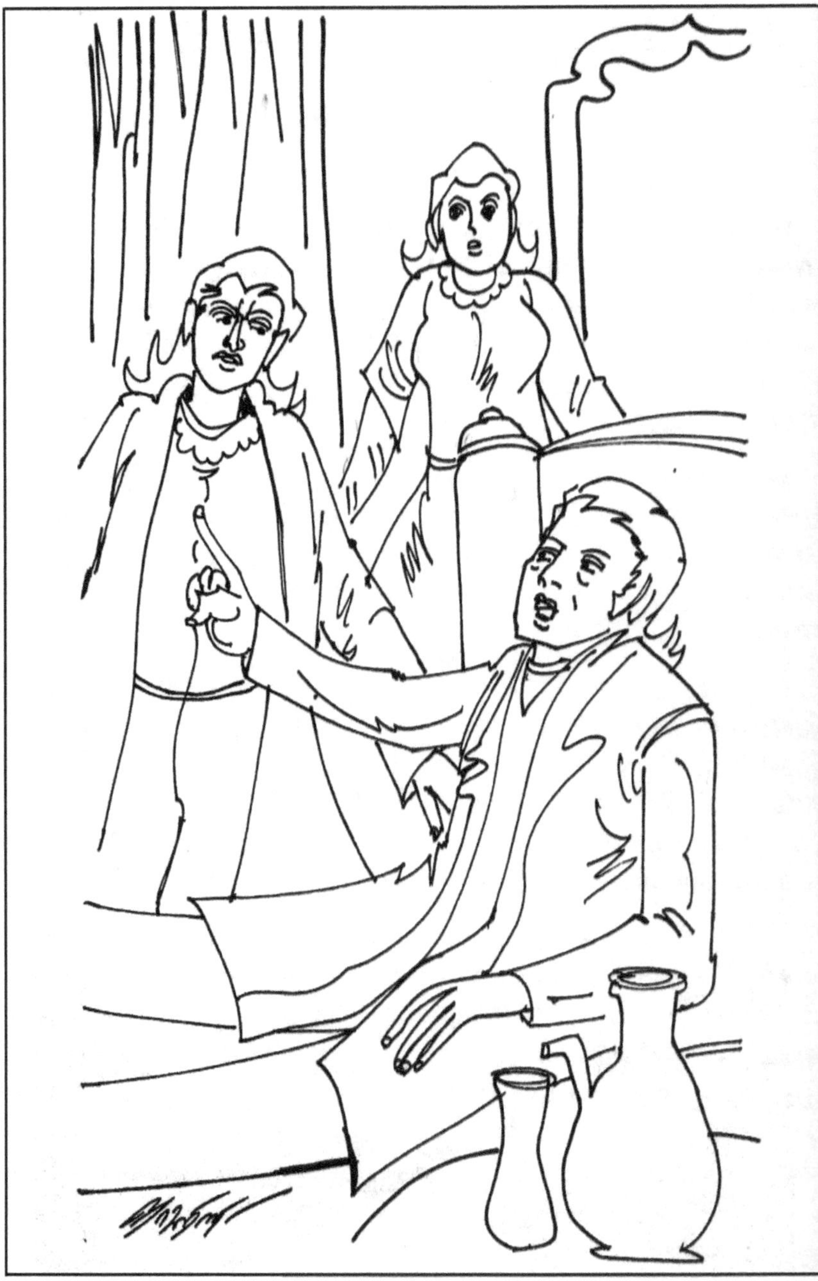

மிகவும் கடுமையாகப் பாடுபட்டபின் ஒரு கல்லைப் பெயர்த்தெடுத்தார்கள். பிறகு ஒவ்வொரு கல்லாகப் பெயர ஆரம்பித்தது. மூன்றாம் நாள் மாளிகைக்குள் சூரிய வெளிச்சம் வருமளவு பெரிய ஓட்டை போட்டுவிட்டார்கள். வெளியே நீலநிற ஆகாயத்தையும், குளிர்ந்த காற்றையும் பார்க்க மகிழ்ச்சியாக இருந்த்து. ஆனால், மாளிகைக்கு சற்றுத் தள்ளி இருந்த அவளது தந்தையின் கோட்டையும், ஊரும் பாழடைந்து போய் இருந்தன. அதனால்தான் யாரும் அவர்களை விடுவிக்க வரவில்லை என்று புரிந்தது.

நடந்து நடந்து பக்கத்து நாட்டிற்குச் சென்றபோது, எதிரிகள் அவளது நாட்டை சூறையாடிய விபரம் தெரிந்தது. பக்கத்து நாட்டில் ஒவ்வொரு வீடாகச் சென்று வேலை கேட்டார்கள். ஒன்றும் கிடைக்கவில்லை. கடைசியில் அரண்மனைச் சமையல்காரர் தனக்கு உதவியாளராக அவளை வேலைக்குச் சேர்த்துக் கொண்டார்.

தான் காதலித்த இளவரசனின் அரண்மனையில்தான் வேலைக்குச் சேர்ந்திருக்கிறோம் என்று மாலீனுக்குத் தெரியவில்லை. மாலீனின் காதலன் ஏழாண்டுகள் அவள் நினைவாகவே இருந்து திருமணம் செய்து கொள்ள மறுத்துக் கொண்டிருந்தான். கடைசியில் தாய் தந்தையரின் வற்புறுத்தலுக்காக அழகற்ற, குணமற்ற ஒரு இளவரசியை மணந்துகொள்ளச் சம்மதித்துவிட்டான். மணமகள் திருமணத்திற்காக அந்த அரண்மனைக்கு வந்துவிட்டாள். தனது உருவத்தை நினைத்து அவளுக்கு அவமானமாக இருந்ததால், தனது அறையைப் பூட்டிக்கொண்டு உள்ளேயே இருந்தாள். உணவைத் தனது அறைக்குக் கொண்டுவரச் சொல்லி உத்தரவிட்டாள். மாலீன்தான் உணவு கொண்டுபோய்த் தருவாள்.

திருமண நாள் அன்று, அந்த இளவரசி மாலீனிடம், “எனக்கு கால் சுளுக்கிக் கொண்டு விட்டது. தேவாலயத்திற்கு நடந்து செல்லமுடியாது. நீ எனது திருமண உடையை அணிந்து எனக்குப் பதிலாகச் செல். உனக்கு நிறைய பரிசு தருகிறேன்,” என்றாள். மாலீன் மறுத்தாள். இளவரசி கடைசியாக உன் தலையைச் சீவச் சொல்லிவிடுவேன் என்று மிரட்டவும் பணிந்தாள்.

இளவரசியின் திருமண உடை, நகைகளை அணிந்து மாலீன் சென்றாள். எல்லோரும் அவள் அழகைப் பார்த்து வியந்தார்கள். "இவள் என் மாலீன் போல் இருக்கிறாளே.. ஆனால் மாலீன் இப்போது இறந்திருப்பாளே!" என்று இளவரசன் நினைத்தான். அவள் கரம் பிடித்து தேவாலயம் நோக்கி நடந்தான். வழியில் குப்பைமேனிச் செடிப் புதர் இருந்தது.

"குப்பை மேனியே, உன்னை வறுக்காமல் தின்றேன் நான். நீ எப்படி இங்கே வந்தாய்?" என்றாள் மாலீன்.

"என்ன சொன்னாய்?" என்றான் இளவரசன். "ஒன்றுமில்லை," என்றாள் மாலீன்.

இளவரசனுக்குத் திகைப்பாக இருந்தது. ஒன்றும் பேசவில்லை. அப்போது ஒரு பாலம் வந்தது.

"பாலமே, உடைந்துவிடாதே. நான் உண்மையான மணப்பெண் அல்ல," என்றாள் மாலீன்.

"இப்போது என்ன சொன்னாய்?" என்றான் இளவரசன்.

"மாலீன் பற்றி ஏதோ யோசனையில் இருந்தேன்," என்றாள் மாலீன். "உனக்கு மாலீன் பற்றித் தெரியுமா?" என்றான் இளவரசன். "தெரியாது. கேள்விப்பட்டிருக்கிறேன்," என்றாள் மாலீன்.

தேவாலய வாசல் அருகே வந்ததும். "தேவாலயக் கதவே, உடைந்துவிடாதே. நான் உண்மையான மணப்பெண் அல்ல," என்றாள் மாலீன்.

"இப்போது என்ன சொன்னாய்?" என்றான் இளவரசன்.

"நான் மாலீனைப் பற்றி ஏதோ யோசனையில் இருந்தேன்," என்றாள் அவள்.

இளவரசன் அவளுக்கு விலையுயர்ந்த வைர நெக்லஸை அணிவித்தான். திருமணம் நடந்தது. அரண்மனை திரும்பியதும் மாலீன் மணப்பெண் அறைக்கு விரைந்து சென்றாள் நெக்லஸைத் தவிர மற்ற நகைகள், உடை அனைத்தையும் களைந்துவிட்டு ஒரு பழுப்புக் கவுனை அணிந்து கொண்டாள்

இரவு வந்ததும், அழகற்ற இளவரசியை முதலிரவிற்கு அழைத்துச் செல்ல வந்தார்கள். தனது ஏமாற்று வேலை தெரிந்துவிடக் கூடாது என்று அவள் ஒரு முகத்திரை அணிந்துகொண்டு சென்றாள். முதலிரவு அறையில் இளவரசன், "குப்பை மேனிச் செடியிடம் என்ன சொன்னாய்?" என்றான்.

"குப்பை மேனிச் செடியா? நான் செடிகளிடமெல்லாம் பேசமாட்டேன்," என்றாள் இளவரசி. பிறகு ஒரு கணம் யோசித்துவிட்டு, "என் பணிப்பெண்ணிடம் கேட்கவேண்டும். அவள்தான் எனக்காக சிந்திப்பாள்," என்றாள்.

மாலீனிடம் ஓடி வந்து "குப்பை மேனிச் செடியிடம் என்ன சொன்னாய்," என்றாள். மாலீன் தான் கூறியதைச் சொன்னாள். அதை அப்படியே இளவரசனிடம் ஒப்பித்தாள் இளவரசி. இது போலவே, பாலத்திடமும், தேவாலயக் கதவிடமும் கூறியது பற்றி இளவரசன் கேட்க, ஓடி ஓடிச் சென்று மாலீனிடம் கேட்டு வந்து அவனிடம் கூறினாள் இளவரசி.

இளவரசன் சற்று யோசித்துவிட்டு, "நான் தந்த நெக்லஸ் எங்கே?" என்றான்.

"அதை நானே உன் கழுத்தில் அணிவித்தேன். அது பற்றி நீ சொல்லாவிட்டால், நீ உண்மையான மணப்பெண் அல்ல," என்றான் இளவரசன். சொல்லிக் கொண்டே அவளது முகத்திரையை விலக்கினான். அவளது அழகற்ற முகத்தைப் பார்த்து அதிர்ச்சி அடைந்தான். "நீ யார்? இங்கு எப்படி வந்தாய்?" என்று அதட்டினான்.

"நான்தான் உங்களுக்கு நிச்சயிக்கப்பட்ட மணப்பெண். என் அழகற்ற முகம் கண்டு எல்லோரும் கேலி செய்வார்களே என்று எனது பணிப்பெண்ணை எனக்குப் பதிலாக அனுப்பினேன்," என்று உண்மையைச் சொன்னாள் அவள்.

"அவளை நான் பார்க்க வேண்டும். உடனே அழைத்து வா,"

மணமகள் அறைக்கு வந்த இளவரசி, மாலீன் தனது நெக்லஸைத் திருடிவிட்டதாகக் குற்றம் சொல்லி, அவளைக் கொல்ல ஆணையிட்டாள். வீரர்கள் அவளை இழுத்துச் செல்லும் போது மாலீன் அலறினாள். அவளது அலறல் கேட்டு

வெளியே வந்த இளவரசன், "இது யார், என்ன விஷயம்" என்று விசாரித்தான். "நீதானே நான் திருமணம் செய்துகொண்ட பெண். மாலீன் பற்றி ஏதோ சொன்னாயே. அது என்ன, உண்மையைச் சொல்," என்று அதட்டினான்.

மாலீன். "அன்பரே! நான்தான் உங்கள் மாலீன். ஏழாண்டுகள் இருண்ட மாளிகையில் இருந்ததால் உருவம் சற்று மாறிவிட்டது. பிறகு பணிப்பெண்ணாக வறுமையில் துன்புற்றேன். ஆனால் நான்தான் உங்கள் உண்மையான மனைவி," என்றாள்.

இளவரசன் மாலீனை அணைத்து முத்தமிட்டான். மாலீனின் துன்பங்களுக்கு ஒரு முடிவு வந்தது.

புத்திசாலிப் பணிப்பெண்

சீனக் கதை

சீனாவில் டாங் வம்ச ஆட்சிக் காலத்தில் லூ செள என்ற பகுதியில் ஒரு சிற்றரசர் இருந்தார். அவரிடம் பணிபுரிந்த ஏராளமான பணிப்பெண்களில் ஹங் சீன் என்ற பெண் மிகவும் புத்திசாலி. அவளுக்கு எழுதப் படிக்கத் தெரியும். எல்லாக் கலைகளிலும் வல்லவள்.

ஒருநாள் சிற்றரசர் ஒரு விருந்து கொடுத்தார். அப்போது இசைக் கச்சேரி நடந்தது. கச்சேரியைக் கேட்டுக் கொண்டிருந்த ஹங் சீன் சிற்றரசரிடம் சென்று "மேளம் வாசிப்பவனின் வாசிப்பில் ஒரு சோகம் தெரிகிறது. விசாரியுங்கள்," என்றாள். சிற்றரசர் விசாரிக்க அவன் மனைவி உடல்நலக் குறைவாக இருப்பது தெரிந்தது. சிற்றரசர் அவனை உடனே வீட்டிற்கு அனுப்பி வைத்தார். பணிப்பெண்ணின் கூர்மையான கவனிப்புத் திறனைப் பாராட்டினார்.

சிறிது காலத்திற்குப் பிறகு பக்கத்து நாட்டு அரசனான வைப்பூ இவர்கள் நாட்டின் மீது படையெடுப்பதற்காக படை திரட்டுவதாக ஒற்றர்கள் சொன்னார்கள். லூ செளவின் சிற்றரசர் அமைதியை விரும்புபவர். வர இருக்கும் படையெடுப்பை நினைத்து வேதனைப்பட்டு அவர் சரியாகச் சாப்பிடவில்லை. தூங்கவில்லை.

சிற்றரசருக்கு ஏதாவது உதவி செய்ய வேண்டும் என்று ஹங் சீன் முடிவு செய்தாள். அன்றிரவு தலைமுடியை இறுக்கக் கொண்டை போட்டுக் கொண்டு, தன் பெட்டியில் ரகசியமாக வைத்திருக்கும் மந்திர வாளை எடுத்து சில மந்திரங்களை முணுமுணுத்தாள். உடனே வானில் பறக்க ஆரம்பித்தாள்.

வைப்பூ நாட்டின் அரண்மனை கண்ணில் பட்டதும் அரசரின் படுக்கையறைப் பக்கமாகத் தரையிறங்கினாள். படுக்கையறையில் வைப்பூவின் சிற்றரசர் ஆழ்ந்த உறக்கத்தில் இருந்தார். ஹங் சின் ஓசையின்றி அவர் தலைமாட்டில் இருந்த தங்கக் கூஜாவை எடுத்துக் கொண்டு தனது நாட்டிற்குப் பறந்து வந்து விட்டாள்.

நேராக தனது சிற்றரசரின் படுக்கையறைக்குச் சென்றார். அங்கு சிற்றரசர் உறக்கம் வராது உலாவிக் கொண்டிருந்தார். 'அரசே ! இந்தக் கூஜாவை வைப்பூ அரசரின் மாளிகையிலிருந்து எடுத்து வந்துள்ளேன். நாளை இதை ஒரு தூதர் மூலமாக அவரிடம் திரும்பக் கொடுத்து விடுங்கள். போர் அபாயம் நீங்கிவிடும்," என்றாள்.

சிற்றரசரும் அதுபோலவே அந்தக் கூஜாவை அனுப்பி வைத்தார். கூஜாவைப் பெற்றுக் கொண்ட வைப்பூ அரசர், தனது அரண்மனையில் தனது படுக்கையறையிலிருந்தே யாரும் அறியாமல் கூஜாவை எடுத்துச் செல்லும் திறமைசாலிகள் லூ சௌ நாட்டில் இருக்கிறார்களே! நிச்சயமாக அவர்களை நம்மால் போரில் வெல்ல முடியாது என்று யோசித்தார். போர் முடிவைக் கைவிட்டார். சமாதானம் வேண்டி தூதரிடம் கடிதம் அனுப்பினார்.

போர் அபாயம் நீங்கி நாட்டில் அமைதி மீண்டும் நிலவியது பற்றி சிற்றரசரோடு ஹங் சின்னும் மகிழ்ந்தாள்.

மோலிக் குட்டி

ஸ்காட்லாந்துக் கதை

ஒரு ஏழை கணவன் மனைவிக்கு நிறைய குழந்தைகள் இருந்தார்கள். எல்லாக் குழந்தைகளையும் அவர்களால் காப்பாற்ற முடியவில்லை. எனவே அவர்கள் தமது கடைசி மூன்று பெண் குழந்தைகளை காட்டில் சென்று விட்டுவிட்டார்கள். குழந்தைகள் மூவரும் காட்டில் இருட்டும்வரை நடந்துகொண்டே இருந்தார்கள். கடைசியில் ஒரு வீட்டை அடைந்தார்கள்.

அங்கு ஒரு பெண், "உங்களுக்கு என்ன வேண்டும்?" என்றாள்.

"நாங்கள் வழி தவறிவிட்டோம். பசிக்கிறது. சாப்பிட ஏதாவது தருகிறீர்களா?" என்று குழந்தைகள் கேட்டன.

"இல்லை. என் கணவன் ஒரு ராட்சஸன். உங்களைப் பார்த்தால் கொன்றுவிடுவான். போய்விடுங்கள்," என்றாள் அந்தப் பெண்.

"அம்மா, நாங்கள் அவர் வருவதற்குள் போய் விடுகிறோம்," என்றன குழந்தைகள்.

அவள் அவர்கள் மீது இரக்கம் கொண்டு, சிறிது பாலும், ரொட்டித்துண்டுகளும் தந்தாள். அவர்கள் சாப்பிட ஆரம்பிக்கும்போது, வாசலில் கதவை இடிக்கும் சத்தம் கேட்டது. ஒரு கொடூரமான குரல், "மனைவியே, இங்கே மனித வாடை வீசுகிறதே?" என்றது.

மனைவி, "யாரோ பாவம் மூன்று ஏழைக் குழந்தைகள் பசிக்கு உணவு கேட்டார்கள். தந்தேன். இப்போது போய்விடுவார்கள். அவர்களை விட்டுவிடுங்கள்," என்றாள்.

ராட்சஸன் எதுவும் சொல்லவில்லை. வயிறு முட்டத் தின்றான். குழந்தைகள் இரவு அங்கேயே தங்கிச் செல்லலாம் என்றான். ராட்சஸனுக்கு மூன்று பெண் குழந்தைகள் இருந்தனர். அவர்களோடு தங்கச் செய்தான்.

ஏழைக் குழந்தைகளில் கடைசிப் பெண் பெயர் மோலி. அவள் மிகவும் புத்திசாலி. ராட்சஸன் தனக்கும், தன் அக்காக்களுக்கும், வைக்கோல் மாலையை அணிவித்ததையும், தனது சொந்த மகள்களுக்கு தங்க மாலையை அணிவித்ததையும் கவனித்தாள். எல்லோரும் உறங்கியதும், தங்கள் கழுத்தில் இருந்த வைக்கோல் மாலைகளை ராட்சஸனின் மகள்களுக்கு அணிவித்துவிட்டு, அவர்களது தங்க மாலையை தானும் அணிந்துகொண்டு, அக்காக்களுக்கும் அணிவித்தாள். பின்னர் சத்தமின்றிக் படுத்துவிட்டாள்.

நள்ளிரவில் ராட்சஸன் எழுந்து வந்தான். கையில் பெரிய குண்டாந்தடி. மெல்ல குழந்தைகளின் கழுத்தில் இருந்த வைக்கோல் மாலையைத் தடவிப்பார்த்துவிட்டு, குண்டாந்தடியால் அவர்களை அடித்துக் கொன்றான். நாளைக்கு செம விருந்து என்று நினைத்தபடி படுக்கச் சென்றான்.

மோலி தன் அக்காக்களை எழுப்பி, சப்தம் செய்யாது தன் பின்னால் வரும்படி சைகை செய்தாள். இருட்டிலேயே ஓடி அதிகாலையில் ஒரு அரண்மனையை அடைந்தார்கள். மோலி அரசனிடம் நடந்த அனைத்தையும் சொன்னாள்.

"மோலி, நீ மிகவும் புத்திசாலி. நீ அந்த ராட்சஸன் வீட்டிற்குத் திரும்பவும் சென்று, அவன் கட்டில் மேல் தொங்கும் மந்திர வாளை எடுத்து வந்தால் உன் பெரிய அக்காவை எனது மூத்த மகனுக்கு மணம் செய்து வைப்பேன்," என்றான் அரசன்.

"முயற்சி செய்கிறேன்," என்றாள் மோலி.

திரும்பவும், ராட்சஸன் வீடு சென்று அவன் கட்டிலுக்குக் கீழ் ஒளிந்து கொண்டாள். சிறிதுநேரத்தில் வீடு திரும்பிய ராட்சஸன் வயிறு புடைக்கத் தின்றுவிட்டு கட்டிலில் படுத்து குறட்டை விட்டுத் தூங்கினான். மோலி சத்தம் செய்யாது, அவனது வாளை எடுத்துக் கொண்டு ஓட ஆரம்பித்தாள். ஏதோ அசைவை உணர்ந்து எழுந்துவிட்ட ராட்சஸன் துரத்தி வந்தான்.

மோலி வேகமாக ஓடி ஒரு சிறிய பாலத்தை அடைந்தாள். மோலி சிறுமி என்பதால் பாலத்தைக் கடந்துவிட்டாள். ராட்சஸனுக்கு பெரிய உருவம் என்பதால் அந்த சின்னப் பாலத்தைத் தாண்ட முடியவில்லை.

"மோலி, இனிமேல் நீ இங்கு வந்தால் அவ்வளவுதான்," என்று கத்தினான் ராட்சஸன்.

மோலி, "இன்னும் இரண்டு தடவை வருவேன்," என்று கத்தியபடி ஓடிவிட்டாள்.

அரசனிடம் வாளைத் தந்தாள். அரசனும் சொன்னபடி அவளது பெரிய அக்காவை தனது மூத்த மகனுக்கு மணம் செய்து வைத்தான்.

"மோலி, ராட்சஸன் தன் தலையணைக்குக் கீழே தங்கத்தாலான மந்திரப் பை வைத்திருக்கிறான். அதைக் கொண்டுவா. உன் இரண்டாவது அக்காவை என் இரண்டாவது மகனுக்குக் கல்யாணம் செய்து வைக்கிறேன்," என்றான் அரசன்.

மோலி திரும்பவும் ராட்சஸன் வீடு வந்து அவன் தூங்கும் வரை ஒளிந்து நின்றாள். அவன் குறட்டை விட்டுத் தூங்கும் போது மெதுவாக தலையணைக்கடியில் கைவிட்டு, மந்திரப் பையை எடுத்துக் கொண்டு ஓட ஆரம்பித்தாள். இப்போதும் ராட்சஸன் எழுந்து விட்டான். துரத்தி வந்தான். ஆனால் அவனால் முன்பு போலவே அந்த குட்டிப் பாலத்தைத் தாண்ட முடியவில்லை.

"மோலி, இன்னொரு முறை நீ இங்கே வந்தால் சட்னிதான்," என்றான் கோபமாக.

மோலி, "இன்னும் ஒரே ஒருமுறை வருவேனே," என்று கேலியாகக் கத்தியபடி ஓடிவிட்டாள்.

அரசனிடம் மந்திரப்பையைத் தந்தாள். இரண்டாவது அக்காவின் திருமணம் அரசனின் இரண்டாவது மகனோடு சிறப்பாக நடந்தது.

"மோலி, நீ மிகவும் புத்திசாலி. ராட்சஸன் கையில் ஒரு மாயமோதிரம் அணிந்திருப்பான். அதை அணிபவர்கள் நினைத்தால் யார் கண்ணிலும் படாமல் மாயமாய்

மறைந்துவிடலாம். அதை எடுத்துவா. உனக்கு என் கடைசி மகனைத் திருமணம் செய்து வைக்கிறேன்." என்றான் அரசன்.

மோலி மீண்டும் ராட்சஸன் வீடு சென்று அவன் கட்டிலின் கீழ் மறைந்து காத்திருந்தாள். ராட்சஸன் வழக்கம் போல் குறட்டை விட்டுத் தூங்கும்போது, மெதுவாக அவன் கையிலிருந்து மாய மோதிரத்தைக் கழற்றினாள். ஆனால், இம்முறை ராட்சஸன் சட்டென்று எழுந்து அவள் கையைப் பிடித்துவிட்டான்.

"நன்றாக மாட்டிக் கொண்டாய் மோலி. என் இடத்தில் நீ இருந்தால் என்ன செய்வாய்? நீதான் பெரிய புத்திசாலி ஆயிற்றே. சொல்," என்றான் ராட்சஸன்.

மோலி சட்டென்று யோசித்து, "ஐயா, உங்களை ஒரு பூனை, ஒரு நாயுடன் சேர்த்து, ஒரு சாக்கில் போட்டுக் கட்டி வைப்பேன். பிறகு, சாக்கை ஒரு சுவரில் சாய்த்து வைப்பேன். காட்டில் போய் பெரிய மரக்கட்டையைக் கொண்டுவந்து சாக்கிற்குள் நீங்கள் உயிரை விடும் வரை அடிப்பேன்," என்றாள்.

"உனக்கான தண்டனையை நீயே சொல்லிவிட்டாய். நான் அப்படியே செய்கிறேன்," என்றான் அவன்.

மோலியை ஒரு பூனை, நாயுடன் சேர்த்து ஒரு சாக்கில் போட்டுக் கட்டிவைத்துவிட்டு, பெரிய கட்டையைத் தேடி காட்டிற்குள் சென்றான். அவன் அந்தப் பக்கம் போனதும், மோலி, "ஆஹா... ஆஹா... என்ன ஒரு அற்புதக் காட்சி," என்று பாட ஆரம்பித்தாள்.

ராட்சஸனின் மனைவி, "அப்படி என்ன தெரிகிறது?" என்று கேட்டாள்.

மோலி பதில் சொல்லாமல், 'என்ன ஒரு அற்புதக் காட்சி' என்று பாடிக் கொண்டே இருந்தாள். ராட்சஸனின் மனைவிக்கு ஆர்வம் அதிகமாகி, கெஞ்ச ஆரம்பித்தாள். நானும் அதைப் பார்க்க வேண்டும் என்றாள். மோலி தன்னை சாக்கிலிருந்து வெளியே விடச் சொன்னாள். பிறகு ராட்சஸனின் மனைவியை சாக்கிற்குள் போகச் சொல்லி, சாக்கை இறுக்கமாகக் கட்டிவிட்டாள்.

"ஒன்றுமே தெரியவில்லையே," என்று ராட்சஸனின் மனைவி கத்தினாள். அதற்குள் மோலி கதவிற்குப் பின்னால் ஒளிந்து கொண்டாள். கட்டையோடு திரும்பி வந்த ராட்சஸன் சாக்கை ஓங்கி ஓங்கி அடிக்க ஆரம்பித்தான்.

உள்ளே ராட்சஸனின் மனைவி, "அடிக்காதீர்கள். நான் உங்கள் மனைவி," என்று அலறினாள். ஆனால் அடி விழுந்ததில் பூனையும், நாயும் சேர்ந்து ஊளையிட்டதால், அவளது அலறல் கேட்கவில்லை. ராட்சஸன் மனைவி மீது இரக்கம் கொண்ட மோலி, தனது மறைவிடத்திலிருந்து வெளியே வந்து ஓட ஆரம்பித்தாள். வழக்கம் போலவே ராட்சஸன் துரத்தி வந்தான். வழக்கம் போலவே அந்தச் சிறிய பாலத்தை அவனால் தாண்ட முடியவில்லை.

"இனிமேல் நீ இங்கே வந்தால் உன்னை என்ன செய்கிறேன் பார்," என்று ராட்சஸன் கூச்சலிட்டான்.

"இனி வரமாட்டேன்," என்று பதிலுக்குக் கத்தினாள் மோலி.

அரசனிடம் மாயமோதிரத்தைத் தந்து அவனது கடைசி மகனைத் திருமணம் செய்துகொண்டாள்.

அதற்குப் பிறகு ராட்சஸன் வீட்டிற்கு அவள் போகவேண்டிய அவசியம் வரவே இல்லை.

சிவப்பு, வெள்ளை, கறுப்பு

நார்மண்டி நாட்டுக் கதை

ஒரு நாள் ஒரு பேரரசரின் மூத்த மகன் ஒரு வயலில் தனிமையில் நடந்து சென்று கொண்டிருந்தான். அப்போது பனிக்காலம். வயல் முழுவதும் வெண்பனியால் மூடப்பட்டிருந்தது. அப்போது ஒரு அண்டங்காக்கை பறந்து செல்ல, இளவரசன் அதை அம்பால் வீழ்த்தினான். பனியில் அந்த அண்டங்காக்கை ரத்தம் சிந்தியபடி வீழ்ந்தது. பனியின் வெண்மை, காக்கையின் பளபளப்பான கறுமை, பொங்கும் ரத்தத்தின் அடர்ந்த சிவப்பு மூன்றும் சேர்ந்து இளவரசன் கண்களுக்கு மிக அழகாகத் தெரிந்தன. அந்த நிறங்களின் சேர்க்கை அவன் மனதில் அப்படியே தங்கிவிட்டது. அந்த வண்ணங்கள் அவன் கண்முன் எப்போதும் நிரந்தரமாக மிதப்பதுபோன்று உணர்ந்தான். அதையே நினைத்துக்கொண்டிருந்தவன், தனக்கு மனைவியாகப் போகும் பெண் அந்தப் பனி போன்ற வெண்நிறமும், ரத்தம் போன்ற சிவந்த உதடுகளும், காக்கையின் நிறம் போன்ற கறுத்த கூந்தலும் உடையவளாக இருக்க வேண்டும் என்று நினைத்துக் கொண்டான்.

ஒரு நாள் இதைப் பற்றியே நினைத்துக் கொண்டிருந்த போது, ஒரு குரல் அவன் காதில், “இளவரசனே, நீ அதிசய நாட்டிற்குச் செல். அங்கே நாட்டின் நடுவே இருக்கும் அடர்ந்த காட்டில் ஒரு ஆப்பிள் மரம் இருக்கும். அதன் பழங்கள் நீ இதுவரை பார்த்திராத அளவிற்கு அழகாக, மிகப் பெரியவைகளாக இருக்கும். அவற்றில் மூன்று பழங்களைப் பறித்துக் கொண்டுவா. எக்காரணம் கொண்டும் வழியில் பழங்களைப் பிய்த்துப் பார்க்காதே. வீட்டில் வந்து பிய்த்துப் பார்த்தால் நீ விரும்பும் வண்ணம் ஒரு அழகி உனக்கு மனைவியாகக் கிடைப்பாள்,” என்றது.

இளவரசன் நாட்டிலிருந்து அதிசய நாடு மிகத் தொலையில் இருந்தது. போகும் பாதையும் மிகவும் கடினமானது. இருந்தாலும், இளவரசன் துணிச்சலாக அங்கு பயணம் செய்தான். நிலத்தைத் தாண்டி, கடலைத் தாண்டி, அந்த நாட்டிற்குச் சென்று, காட்டினுள் அந்த ஆப்பிள் மரத்தைக் கண்டுபிடித்தான். அதிலிருந்து மூன்று நல்ல பழங்களைப் பறித்தான். இத்தனை கஷ்டப் பட்டு இங்கு வந்திருக்கிறோமே, இந்தப் பழத்தில் அப்படி என்னதான் இருக்கிறது என்று பார்த்து விடுவோம் என்ற ஆவலில், ஒன்றை அங்கேயே பிய்த்துவிட்டான். அதிலிருந்து அவன் கற்பனையில் கண்டது போலவே மிக அழகான ஒரு பெண் வெளியே வந்தாள். இளவரசன் அவளை ஆசையாகப் பார்த்தான். அவளோ அவனைக் கோபமாகப் பார்த்துவிட்டு, மாயமாய் மறைந்து போனாள்.

இந்தப் பெரிய ஏமாற்றம் இயல்பாகவே இளவரசனை வருத்தப்படச் செய்திருக்க வேண்டும். ஆனால், அவன் எப்போதும் உற்சாகமாக இருப்பவன். கையில்தான் இன்னும் இரண்டு பழங்கள் இருக்கின்றனவே, என்று அந்தப் பெண் மறைந்தது பற்றி அதிகம் வருந்தவில்லை. நம்பிக்கையோடும், இனி மற்ற பழங்களைப் பிய்த்துவிடக் கூடாது என்ற உறுதியோடும், தன் நாடு திரும்பக் கிளம்பினான். ஆனால் அவனது பொறுமையின்மை அவனது மனஉறுதியை விட அதிகமாக இருந்தது. இரண்டாவது முறையும் பழத்தைப் பிய்க்க ஆசை வந்தது.

இந்த முறை அவன் கடலில் ஒரு கப்பலில் பயணம் செய்து கொண்டிருக்கும் போது, பழத்தைப் பிய்த்துப் பார்க்க ஆசை வந்தது. உடனே அவன் கப்பல் தளம் முழுவதும் ஒரு வலையை வைத்து மூடிவிட்டான். பின்னர், பழத்தைப் பிய்த்தான். இந்த முறையும் ஒப்பில்லாத அழகுடன் ஒரு பெண் பழத்திலிருந்து தோன்றினாள். அவளும் இளவரசனை வெறுப்பாகப் பார்த்துவிட்டு மறைந்து போனாள். இளவரசனின் வலை எந்த வகையிலும் அவளைத் தடுக்கவில்லை. இரண்டு அனுபவங்களாலும், இளவரசன் வேறு வழியின்றி பொறுமை காக்க முடிவு செய்தான்.

ஒரு வழியாக இளவரசன் தன் நாடு வந்து சேர்ந்தான். அரண்மனையில் மூன்றாவது பழத்தைப் பிய்த்தான். அதிலிருந்து, முன்னர் வந்த அழகிகளை விட இன்னும் அழகான, இன்னும் நற்குணம் வாய்ந்த ஒரு பெண் தோன்றினாள். இளவரசன் உடனடியாக அவளை மணந்து கொண்டான். இருவரும் மிகவும் சந்தோஷமாக வாழ்ந்தார்கள்.

சிறிதுகாலம் கழித்து இளவரசன் அண்டைநாட்டோடு போர் புரிய வேண்டிய நிர்ப்பந்தம் ஏற்பட்டது. மனைவியை விட்டுவிட்டு போர்க்களம் சென்றான். பெரிய ராணியான இளவரசனின் அம்மாவிற்கு தன் புது மருமகளைப் பிடிக்காது. மருமகளைக் கொன்று, கண்டந்துண்டாக வெட்டி அகழியில் வீசிவிட்டாள். பிறகு தனக்கு வேண்டிய ஒரு பெண்ணை இளவரசனின் மனைவியாக நடிக்கச் செய்தாள்.

போரில் வெற்றி பெற்றுத் திரும்பிய இளவரசன் தன் மனைவி முற்றிலும் வேறு ஆள் போல் இருப்பதைப் பார்த்துத் திகைத்தான். ஆனால் அவனது அம்மாவோ, அவள்தான் அவனது மனைவி என்று உறுதியாகக் கூறினாள். ஏதோ மாயத்தால் அவளது உருவம் இப்படி மாறிவிட்டது என்றாள். அவள் வந்ததே ஒரு மாயத்தால்தானே, அதனால் மாயத்தால் உருவம் மாறவும் வாய்ப்பு இருக்கிறது என்று இளவரசன் சமாதானமடைந்தான்.

ஆனாலும், அவனால் அவனது மனைவியின் பழைய தோற்றத்தை மறக்க முடியவில்லை. ஜன்னல் பக்கம் நின்று மணிக்கணக்காக வெறித்துப் பார்த்துக் கொண்டே இருப்பான்.

ஒருநாள் இப்படிப் பார்த்துக் கொண்டிருந்தபோது, சிவப்பு, வெள்ளை, கறுப்பு நிற செதில்கள் கொண்டபெரிய மீன் ஒன்று அகழியில் நீந்திச் சென்றது. இளவரசன் அந்த மீனையே பார்ப்பதைப் பார்த்த புது மனைவி, பழைய மனைவியை நினைவுபடுத்தும் எல்லாவற்றையும் அழித்துவிட வேண்டும் என்று நினைத்து அந்த மீனைப் பிடித்து வர உத்தரவிட்டாள். அதைச் சமைத்துச் சாப்பிட்டுவிட்டாள்.

சில காலம் கழித்து சிவப்பு, வெள்ளை, கறுப்பு மலர்கள் பூக்கும் ஒரு மரம் அவன் ஜன்னலுக்கு வெளியே வளர்ந்தது.

அந்த மரத்தை யார் வைத்தார்கள், அது என்ன வகை மரம் என்று யாருக்கும் தெரியவில்லை. உண்மையில் அது புது மனைவி சாப்பிட்ட மீன்களின் செதில்களைத் தூக்கிப் போட்ட இடத்திலிருந்து வளர்ந்ததாகும்.

அந்த மரத்தைப் பார்த்தாலே இளவரசனுக்கு மனநிம்மதியாக இருந்தது. அதுவே புது மனைவிக்கு கோபத்தை ஏற்படுத்தியது. அவள் உடனே அந்த மரத்தை வெட்டி எரித்துவிட உத்தரவிட்டாள். சில நாட்களில் மரத்தை எரித்த சாம்பல் பரவிய இடத்தில் சிவப்புக்கல் மாணிக்கங்கள், வெண்மையான முத்துகள், கறுப்பான கருங்காலி மரம் ஆகியவற்றால் ஆன அற்புதமான மாளிகை எழுந்தது. இளவரசனுக்குப் பிடித்த மூன்று நிறங்களும் அழகாகக் கலந்திருந்தன. இளவரசன் அந்த மாளிகையின் வாசலில் போய் நின்றான். அதன் கதவுகளைத் திறக்க முடியவில்லை. அது திறக்கும் வரை அங்கேயே நிற்பது என்று உறுதி செய்து கொண்டு நின்றான்.

பல நாட்களுக்குப் பிறகு அவனது உறுதிக்குப் பலன் கிடைத்தது. மாளிகையின் கதவுகள் திறந்தன. உள்ளே ஏராளமான அறைகள் இருந்தன. ஒவ்வொரு அறையாகப் பார்த்துக் கொண்டே வந்தான் இளவரசன். கடைசியில் இருந்த சிறிய அறை ஒன்றில் அவனது அன்பிற்குரிய மனைவி இருந்தாள். அவள் அவனது பொறுமைக்காக அவனை செல்லமாகத் திட்டினாள். இருந்தாலும், அவனது ஆழமான காதலுக்காக அவனை மன்னித்தாள்.

திரும்பவும் ஒன்றுசேர்ந்த அந்தக் காதலர்களுக்கு அதன்பிறகு எந்தத் துன்பமும் நேரவில்லை. அவர்கள் நீண்ட காலம் சந்தோஷமாக வாழ்ந்தார்கள்.

புல்லாங்குழல் கலைஞனின் வீரம்

ஜெர்மனியின் பிரான்கோனியா பகுதியின் கதை

பிரான்கோனியா பகுதியில் ஒரு புல்லாங்குழல் கலைஞன் இருந்தான். அவன் உற்சாகமான இளைஞன். ஊர்ஊராகச் சென்று புல்லாங்குழல் வாசித்து வாழ்ந்து வந்தான். ஒரு நாள் அவன் ஒரு கிராமத்தில் புல்லாங்குழல் வாசித்து முடித்த போது இருட்டிவிட்டது. இனிமேல் பயணம் செய்ய முடியாது என்று விவசாயி ஒருவன் வீட்டில் தங்கினான். விவசாயி வீட்டில் இரவு உணவு சாப்பிடும்போது, ஜன்னல் வழியே நிலவொளியில் ஒரு பெரிய பாழடைந்த கோட்டை தெரிந்தது. இளைஞன் அந்தக் கோட்டையைப் பற்றி விவசாயியிடம் விசாரித்தான்.

வெகுகாலம் முன்பு அந்தக் கோட்டையில் ஒரு பிரபு வாழ்ந்தார் என்றும், அந்தப் பிரபு பெரிய கஞ்சன் என்றும், அவன் கஞ்சத்தனத்தால் திருமணமே செய்து கொள்ளவில்லை என்றும் விவசாயி கூறினான். அந்தப் பிரபு நிறைய பணம் சேர்த்து வைத்திருந்தானாம். அவன் இறந்தபிறகு அவனது உறவினர்கள் அந்தக் கோட்டைக்குள் போய் அவனது பணம், நகைகளைத் தேடினார்களாம். ஆனால் எதுவும் கிடைக்கவில்லையாம். எனவே, அந்த கிராமத்தினர், அந்தக் கோட்டையில் எங்கோ பெரும் புதையல் இருப்பதாக நம்புவதாகவும், அந்தப் பிரபுவின் ஆவி அந்தப் புதையலைப் பாதுகாப்பதாக நம்புவதாகவும் விவசாயி சொன்னான். பிரபுவின் ஆவிக்குப் பயந்து யாரும் அந்தக் கோட்டைக்குச் செல்வதில்லையாம்.

நமது இசைக் கலைஞன் நல்ல வீரன். விவசாயி இந்தக் கதையைச் சொன்னதும், தான் கோட்டைக்குச் செல்ல ஆசைப்படுவதாகச் சொன்னான். விவசாயி “வேண்டாம்,

போகாதே, உன் உயிருக்கே ஆபத்து” என்று கெஞ்சினான். ஆனால் இசைக் கலைஞன் கேட்கவில்லை.

விவசாயி வீட்டு வேலைக்காரர்கள் இருவரை இரண்டு அரிக்கேன் விளக்குகளோடு துணைக்கு அழைத்துக் கொண்டு கோட்டைக்குச் சென்றான். கோட்டை வாசலில் ஒரு விளக்கை எடுத்துக் கொண்டு. மற்ற விளக்கோடு அந்த இருவரையும் திரும்பிப் போகச் சொல்லிவிட்டான். கோட்டை வாசலிலேயே பெரிய மாடிப்படி இருந்தது. அதில் ஏறிச் சென்றால் பெரிய கூடம். அதன் இரு புறமும் வரிசையாக அறைகள். இளைஞன் முதல் அறையின் கதவைத் தள்ளித் திறந்துகொண்டு உள்ளே சென்றான். தன் விளக்கை அங்கிருந்த ஒரு பழங்கால மேஜைமீது வைத்து விட்டு, புல்லாங்குழலை வாசிக்க ஆரம்பித்தான்.

சற்று நேரம் கழித்து அவனுக்குப் பசிக்க ஆரம்பித்தது. அறையில் சுற்றும் முற்றும் பார்த்தான். ஒரு மேடையில் ஒரு பாத்திரத்தில் நிறைய சுண்டல் கடலை இருந்தது. அருகிலேயே ஒரு டப்பாவில் உப்பு இருந்தது. ஒரு ஜாடியில் தண்ணீர் இருந்தது. அந்த மேடையில் ஒரு அடுப்பும் இருந்தது. இளைஞன் தன் அரிக்கேன் விளக்கின் நெருப்பை வைத்து அடுப்பைப் பற்ற வைத்தான். பாத்திரத்தில் தண்ணீர் விட்டு, சுண்டல் கடலையையும், உப்பையும் போட்டு சுண்டல் தயாரித்தான். மேடையில் ஒரு மதுக்குவளையும் இருந்தது. மதுவை அருந்தியபடி சுண்டலைச் சாப்பிட்டான். அப்போது மணி பன்னிரண்டு இருக்கும்.

அந்தச் சமயத்தில் அறைக்குள் கறுப்பாக, உயரமாக இருவர் நுழைந்தார்கள். அவர்கள் ஒரு சவப்பெட்டியைச் சுமந்து வந்தார்கள். அதை அறை நடுவே வைத்து விட்டு வந்த வழியே சென்றார்கள். அவர்கள் போனதும், இளைஞன் சவப்பெட்டியைத் திறந்து பார்த்தான். உள்ளே சுருங்கிப் போன ஒரு கிழவனின் உடல் இருந்தது. நரைத்த தலையும், நீண்ட நரைத்த தாடியுமாக பார்க்கவே பயங்கரமாக இருந்தது. இளைஞன் அஞ்சவில்லை.

அந்த உடலை வெளியே எடுத்து அடுப்பிற்கு அருகே உட்கார வைத்தான். சிறிது நேரத்தில் அந்த உடலில் கதகதப்பு ஏற, அந்த உடலுக்கு உயிர் வந்ததுபோல் கண் திறந்தது. இளைஞன்,

“உனக்குப் பசிக்கிறதா?” என்று சொல்லி தான் செய்திருந்த சுண்டலை குழந்தைக்கு ஊட்டுவது போல அந்தக் கிழவனுக்கு ஊட்டிவிட்டான். சுண்டலைத் தின்றதும், அந்தக் கிழவன் பலம் பெற்று விட்டது போல் இருந்தது. கிழவன் எழுந்து நின்று “என் பின்னால் வா” என்றான்.

கிழவன் அந்தக் கூடத்தின் கடைசியில் இருந்த படிக்கட்டிற்கு அழைத்துச் சென்றான். அவன் அந்தப் பாழடைந்த படிகளில் இறங்க, இளைஞனும் பின்னாலேயே இறங்கினான். நீண்ட நேரம் இறங்கியபின் ஒரு பாதாள அறை வந்தது.

அந்த அறையில் ஏராளமான பொற்காசுகள் குவிந்திருந்தன. கிழவன் இளைஞனிடம், “இந்தக் குவியலை சரியாக இரண்டாகப் பிரிக்க வேண்டும். ஏதேனும் ஒரு குவியலில் அதிகமாக இருந்தாலும் உன்னைக் கொன்று விடுவேன்,“ என்றான்.

இளைஞன் புன்னகைத்தவாறே அறையில் இருந்த இரண்டு மேஜைகளை அந்தப் பொற்காசுக் குவியல் அருகே நகர்த்தினான். பிறகு இந்த மேஜையில் ஒன்று, அந்த மேஜையில் ஒன்று என்று வேகமாக பொற்காசுகளை போட ஆரம்பித்தான். வெகுநேரம் கழித்து குவியலில் ஒரே ஒரு காசு மட்டும் மிஞ்சியது. ஒரு நிமிடம் யோசித்த இளைஞன் ஒரு கல்லை எடுத்து காசை சரியாக இரண்டாக உடைத்து, இரண்டு மேஜைகளிலும் போட்டான்.

உடனே அந்தக் கிழவன், “இளைஞனே! நீ நல்ல வீரனும், புத்திசாலியும் ஆவாய். இந்தப் புதையல் நான் பேராசை கொண்டு சேர்த்து வைத்ததாகும். என் பேராசை காரணமாக நான் நூறாண்டுகளாக இப்படி ஆவியாக அலைந்து கொண்டிருந்தேன். என்றைக்கு ஒரு வீரமான இளைஞன் இந்தப் புதையலை இரண்டு சம பங்குகளாகப் பிரிக்கிறானோ அன்றுதான் நான் அந்த ஆவி உருவிலிருந்து விமோசனம் பெறுவேன். ஆனால் இங்கு வருபவர்கள் எல்லோரும் கடைசியில் பொறுமையின்றி, ஒரு காசை ஏதேனும் ஒரு மேஜையில் தூக்கிப் போட்டு விடுவார்கள். நானும் அவர்கள் கழுத்தை நெரித்துக் கொன்று விடுவேன். நீ வீரன் மட்டுமல்ல. நல்ல பொறுமைசாலி. அதனால் நானும் இன்று விடுதலை

பெற்றேன். இதில் ஒரு மேஜையில் உள்ள காசுகளை நீ எடுத்துக் கொள். அடுத்த மேஜையில் உள்ளதை ஏழைகளுக்குத் தானம் செய். நீ மகிழ்ச்சியாக வாழ்வாய்," என்று வாழ்த்திவிட்டு மறைந்தான்.

இளைஞன் மகிழ்ச்சியாக புல்லாங்குழலை வாசிக்க ஆரம்பித்தான். இரவு இளைஞனுக்கு என்ன ஆனதோ என்று பயந்து கொண்டிருந்த விவசாயி புல்லாங்குழல் இசை கேட்டதும் மகிழ்ந்தான். கோட்டைக்கு வந்தான். இருவருமாக அந்தப் புதையலை மூட்டைகட்டி எடுத்து வந்தார்கள். கிழவன் சொன்னது போல, ஒரு பகுதியை ஏழைகளுக்கு தானம் செய்த இளைஞன் தன் பங்குப் புதையலை வைத்து சந்தோஷமாக வாழ்ந்தான்.

அந்தப் பழைய கோட்டை இருந்த இடத்தில் இப்போது ஒரு அழகான புதிய கோட்டை இருக்கிறது. அதுதான் புல்லாங்குழல் கலைஞனின் இப்போதைய இருப்பிடம்.

ஃபார்துனே

பிரான்ஸ் தேசத்துக் கதை

முன்னொரு காலத்தில் ஒரு ஏழை இருந்தான். அவனுக்கு பெதோ என்ற மகனும், ஃபார்துனே என்ற மகளும் இருந்தார்கள். ஏழை இறக்கும்போது தன் மகளுக்கு ஒரு வெள்ளி மோதிரத்தையும், தான் பல வருடங்களாக வளர்த்துவந்த ரோஜாச் செடித் தொட்டியையும் தந்தான். குடிசையையும், மற்ற பொருட்களையும் மகனுக்குத் தந்தான்.

தந்தை இறந்த சில நாட்களில் அண்ணன் தன் தங்கையிடம் "நீ உனது மோதிரத்தையும், ரோஜாத் தொட்டியையும் எடுத்துக் கொண்டு இங்கிருந்து சென்றுவிடு," என்றான். ஃபார்துனேக்கு அழுகையாக வந்தது. ஆனால் ஒன்றும் பேசவில்லை. இரவு பெதோ தன் சாப்பாட்டில் மிஞ்சியதை அவளருகே தூக்கிப் போட்டு, இது போதாது என்றால் எங்காவது பிச்சை எடு என்று சொன்னான். ஃபார்துனே தனது அறைக்குச் சென்று தன் ரோஜா செடியிடம், "ரோஜாப்பூக்களே ! எனக்கு உங்களைத் தவிர வேறு யாரும் துணை இல்லை. உங்களை நான் எப்போதும் பாதுகாப்பேன்," என்று சொல்லி அழுதாள்.

இரவு ரோஜாச் செடிக்குத் தண்ணீர் ஊற்ற ஒரு ஜக்கை எடுத்துக் கொண்டு ஓடைக்குச் சென்றாள். ஓடைக்கரையில் ஒரு அழகான பெண்மணி ஒரு மேஜை எதிரே உட்கார்ந்திருந்தாள். மேஜையில் விதவிதமான உணவுப் பண்டங்கள் இருந்தன. அவள் அந்த காட்டின் ராணி. ஃபார்துனேயைப் பார்த்ததும், சேவகர்கள் மூலம் அவளை அழைத்துவரச் செய்தாள்.

"இந்த நேரத்தில் இங்கு என்ன செய்கிறாய்? இது ஆபத்தான இடமாயிற்றே," என்றாள் ராணி.

"தங்கள் கருணைக்கு நன்றி, மகாராணி.. என்னிடம் திருடர்கள் பறித்துக் கொள்ள எதுவுமில்லை. என் அப்பா இறந்துவிட்டார். என்னிடம் இருப்பது ஒரு வெள்ளி மோதிரமும், ரோஜாச் செடியும் மட்டும்தான்,"

“ஆனால் உன்னிடம் நல்ல கனிவான இதயம் இருக்கிறது. அதை யாராவது திருடிவிட்டால்?” என்றாள் ராணி.

“இதயம் இல்லாது போனால் நான் இறந்துவிடுவேன். நான் ஏழை என்றாலும் வாழவே விரும்புகிறேன்.”

“நல்லது. இரவு உணவு முடிந்ததா?”

“இல்லை. எல்லாவற்றையும் என் அண்ணன் சாப்பிட்டுவிட்டான்.”

ராணி அவளைத் தன்னோடு சாப்பிட வைத்தாள்.

“ஓடைக்கு ஏன் வந்தாய்?”

“என் ரோஜாச் செடிக்கு நீர் ஊற்ற தண்ணீர் எடுத்துச் செல்ல,“என்று சொல்லியபடி தனது ஜக்கை எடுத்தாள். என்ன ஆச்சரியம்! அது பழைய சாதாரண ஜக்காக இல்லை. வைரங்கள் பதிக்கப்பட்ட தங்க ஜக்காக இருந்தது! அதில் மிக வாசனையான நீர் நிறைந்திருந்தது.

“இது உனக்காகத் தான் ஃபார்துனே... உன் ரோஜாக்களைப் பத்திரமாகப் பார்த்துக் கொள். இந்தக் காட்டின் ராணி உன் சிநேகிதி என்பதை மறவாதே,” என்றாள் ராணி.

“தாங்கள் மிகவும் கருணையுள்ளவர் மகாராணி. மிக்க நன்றி. நீங்கள் இங்கேயே இருந்தால், நான் சென்று உங்களுக்கு இன்று பூத்துள்ள ரோஜாக்களில் பாதியைக் கொண்டு வந்து தருகிறேன்.”

ஃபார்துனே ஜக்கை ஜாக்கிரதையாகப் பிடித்தபடி வேகமாக வீடு திரும்பினாள். வீட்டில் அண்ணன்காரன் அவளது பூக்களை எடுத்துக் கொண்டு அவற்றின் இடத்தில் ஒரு முட்டைக்கோஸை வைத்திருந்தான். ஃபார்துனே தான் ஒளித்துவைத்திருந்த இடத்திலிருந்து மோதிரத்தை எடுத்துக் கொண்டு, ராணியிடம் சென்றாள்.

“மகாராணி, என் பூக்களை என் அண்ணன் எடுத்துக் கொண்டு விட்டான். என்னிடம் இப்போது இந்த மோதிரம் மட்டும்தான் இருக்கிறது. பூக்களுக்குப் பதிலாக தாங்கள் இதைப் பெற்றுக் கொள்ளுங்கள்,” என்றாள்.

“ஆனால், உன்னிடம் இருக்கும் ஒரே பொருள் இது மட்டும்தானே,” என்றாள் ராணி.

“இல்லை. என்னிடம் தங்களது அன்பு இருக்கிறது. எனக்கு அது போதும்”

ராணி அந்த மோதிரத்தை அணிந்து கொண்டு, ஆறு அழகான குதிரைகள் பூட்டிய அலங்கார ரதத்தில் கிளம்பிச் சென்றாள்.

ஃபார்துனே வீடு திரும்பியதும், அந்த முட்டைக்கோஸை ஜன்னல் வழியே தூக்கி எறிந்தாள்.

"நீ என்னைக் கொன்றுவிட்டாய்," என்று ஒரு குரல் கேட்டது. ஜன்னல் வழியே எட்டிப் பார்த்தாள். யாரும் இல்லை. இது யாருடைய குரல் என்று யோசித்தபடியே தூங்கிவிட்டாள்.

மறுநாள் வெளியே அந்த முட்டைக்கோஸைப் பார்த்ததும், "உன்னால் எனக்கு என்ன பயன்? என் ரோஜாப்பூக்கள் இருந்தால் எவ்வளவு நன்றாக இருக்கும்," என்று புலம்பினாள்.

"எனக்கும் இங்கே இருக்கப் பிடிக்கவில்லை. தயவு செய்து என்னைத் தோட்டத்தில் தூக்கிப் போடு. உன் ரோஜாச் செடி உனக்குக் கிடைக்கும்," என்றது முட்டைக்கோஸ்.

ஃபார்துனே வியப்போடு அந்த பேசும் முட்டைக்கோஸை தோட்டத்தில் கொண்டுபோய் வைத்தாள். அங்கு பெதோவின் கோழி இருந்தது. "பெதோவைப் பழிவாங்க உன்னை இன்று சமைக்கப் போகிறேன்," என்றாள் ஃபார்துனே.

கோழி. "என்னை விட்டுவிடு. உனக்குத் தெரியாத சில விஷயங்களை நான் உனக்குச் சொல்கிறேன்," என்றது.

இரக்க குணமுள்ள ஃபார்துனே கோழியை விட்டுவிட்டாள்.

"நன்றி குழந்தாய். உனக்கு நான் சில ரகசியங்களைச் சொல்கிறேன். நான் உண்மையில் கோழி அல்ல .நான் ஒரு பெண். நீயும் உன்னை வளர்த்த இந்தக் கிழவனின் மகள் அல்ல. நான் கிழவனின் மனைவி. உன் தாய் ஒரு ராணி. அவளுக்கு ஏற்கனவே ஆறு பெண்குழந்தைகள் இருந்தனர். நீ பிறக்கும் போது, பெண் குழந்தை பிறந்தால் ராணியின் உயிருக்குப் ஆபத்து என்று சொன்னார்கள். ராணியின் அக்கா ஒரு தேவதை. அவளுக்கு ஒரு மகன் பிறந்தான். உனக்குப் பதிலாக அந்த மகனை மாற்றி வைக்க அந்தத் தேவதை தன் மகளை காற்றில் அனுப்பினாள். அதற்குள் ராணி உன்னைத் தூக்கிக் கொண்டு அரண்மனையிலிருந்து ஓடி வந்துவிட்டாள்.

அப்போது இந்தக் குடிசையில் நான்தான் வசித்துவந்தேன். என்னிடம் உன்னைத் தந்துவிட்டு ஓடிவிட்டாள். நான் உன்னை வளர்த்தேன். ஒரு சமயம் உன் பிறப்பு பற்றி ஒரு பெண்ணிடம் சொல்ல, அவள் என்னைத் தன் மந்திரக்கோலால் தொட்டு கோழியாக மாற்றிவிட்டாள். என் கணவர் என்னை ஏதோ வனவிலங்கு கொன்றுவிட்டது என்று நினைத்து விட்டார். பிறகு

அந்தப் பெண் திரும்ப வந்து அவரிடம் ஒரு வெள்ளி மோதிரத்தையும், ரோஜாப்பூத் தொட்டியையும் தந்தாள். அப்போது உன்னையும், ராணியையும் தேடி அரசரின் வீரர்கள் இருபத்தைந்து பேர் இங்கு வர, அவர்களை அவள் முட்டைக்கோஸ்களாக மாற்றிவிட்டாள். நீ நேற்று வெளியே தூக்கிப் போட்டது அதில் ஒன்றைத்தான். அது பேசும் என்று எனக்குத் தெரியாது. உண்மையில் எனக்கே இன்றுதான் பேச வந்திருக்கிறது," என்றது கோழி.

கதையைக் கேட்டு வியந்த ஃபார்துனே, "நீங்கள் இத்தனை கஷ்டப்பட்டதை அறிந்து வேதனையாக இருக்கிறது. கவலை வேண்டாம். நான் என் ரோஜாக்களைத் தேடிக் கண்டுபிடிக்கிறேன். விரைவில் எல்லாம் சரியாகும்," என்றாள்.

அண்ணன் வீட்டில் இருக்கமாட்டான் என்று அறிந்த ஃபார்துனே அவனது அறைக்குச் சென்றாள். செடியைச் சுற்றி பெரிய பெருச்சாளிகள் பல இருந்தன. அவை அவளைக் கடிக்க வந்தன. தங்க ஜக்கின் வாசனை நீரை அவற்றின்மீது தெளித்தாள். அவை ஓடிப் போய்விட்டன. அவள் தன் செடிக்கு நீர் ஊற்றினாள்.

அப்போது, இலைகளுக்கு நடுவிலிருந்து பேச்சுச் சத்தம் கேட்டது. "என் அன்பு ஃபார்துனே, இன்று நான் உன் மீதான என் காதலைச் சொல்லலாம். நீ மிகவும் அழகு என்பதால் இந்தப் பூக்கள் உன்னை வணங்குகின்றன".

செடி இப்படிச் சொன்னதும் அவளுக்கு மயக்கமே வந்துவிட்டது. அப்போது திரும்பி வந்த அண்ணன் அவளை வீட்டிற்கு வெளியே தூக்கி எறிந்தான். அப்போது அங்கு வந்த காட்டுராணி, அவளைத் தூக்கிக் காப்பாற்றினாள். "உன் அண்ணனைப் பழிவாங்கலாமா?" என்றாள்.

"அவன் ஏன் இப்படி இருக்கிறான் என்று தெரியவில்லை. ஆனால் நான் அவனைப்போல் மாறக்கூடாது. எனவே அவனைப் பழிவாங்க வேண்டாம்."

"ஆனால், அவன் உன் சொந்த அண்ணன் இல்லையே.. நீ ஒரு இளவரசி என்பது தெரியுமல்லவா?" என்றாள் ராணி.

"தெரியும். ஆனால் அதற்கு எந்த ஆதாரமும் இல்லையே".

"குழந்தாய், நீ மிகவும் நல்லவள். உனக்கு நான் உதவுகிறேன்."

அப்போது ரோஜாமலர்க் கிரீடம் சூடிய ஒரு அழகான இளவரசன் அங்கே வந்தான். ராணியை வணங்கினான்.

"ரோஜாச் செடியே... உன் துன்பம் இன்றோடு நீங்கியது," என்று அவனைப் பார்த்துச் சொல்லிய ராணி, ஃபார்துனே பக்கம் திரும்பி, "கோழிக்குத் தெரியாத சில விஷயங்களை நான் சொல்கிறேன். நான் என் மகனை உன் இடத்தில் மாற்றி வைக்க அனுப்பிய போது, ஒரு துர்தேவதை அவனை ரோஜாச்செடியாக மாற்றிவிட்டது. அதை உன் பொறுப்பில் வளருமாறு நான் ஏற்பாடு செய்தேன். என் மந்திர நீர் அவனுக்குப் பழைய உருவத்தைத் தரும் என்று தெரியும். உனக்கு விருப்பம் என்றால் அவனை நீ திருமணம் செய்து கொள். என்றும் மகிழ்ச்சியோடு இருக்கலாம்," என்றாள்.

"முன்பின் அறியாத ஒருவரை அவர் என்மீது அக்கறை கொண்டவரா என்று அறியாமல் நான் திருமணம் செய்து கொள்ள மாட்டேன்."

"நான் செடியாக இருந்த காலத்திலிருந்து உன்னைக் காதலிக்கிறேன். நீ மறுத்தால் அம்மாவிடம் சொல்லி நான் மீண்டும் செடியாக மாறிவிடுகிறேன். நீ அப்போது பழையபடி என்னைக் கவனித்துக் கொள்வாய் அல்லவா?" என்றான் இளவரசன்.

அவனது இந்தச் சொற்கள் ஃபார்துனேயின் மனதை நெகிழச் செய்தன. ராணி தன் மந்திரக் கோலால் ஃபார்துனேயைத் தொட, அவளது ஆடைகள் பட்டாடைகளாக மாறின. உடலெங்கும் தங்க வைர நகைகள் ஜொலித்தன.

அப்போது அங்கு வந்த அண்ணன்காரன் அவளைப் பார்த்து திகைத்தான். ஃபார்துனே தன் அண்ணனை ஒன்றும் செய்ய வேண்டாம் என்று வேண்டியதால் ராணி அவனை ஒன்றும் செய்யவில்லை. தன் மந்திர சக்தியால் அவனது குடிசையை மாளிகையாக்கினாள். அவனது தீயகுணத்தையும் மாற்றினாள். முட்டைக்கோஸ்கள் வீரர்களாக மாறின. கோழியும் பெண்ணாக மாறியது.

பிறகென்ன, எல்லோரும் நீண்ட காலம் சந்தோஷமாக வாழ்ந்தார்கள்.

மூன்று நாய்கள்

பிரான்ஸ் தேசக் கதை

ஆடுமேய்ப்பவர் ஒருவருக்கு ஒரு மகளும், ஒரு மகனும் இருந்தார்கள். அவர் இறக்கும் தருவாயில் அவரிடம் மூன்று ஆடுகளும், ஒரு சின்ன குடிசையும்தான் இருந்தன. மரணப்படுக்கையில் இருந்த அவர் தம் குழந்தைகளை அவற்றை சம்மாகப் பிரித்துக் கொள்ளுமாறு சொல்லி, ஆசீர்வதித்து விட்டு இறந்து போனார். அவரது இறுதிச் சடங்குகளைச் செய்தபின், மகனும், மகளும் யாருக்கு எது என்பது பற்றி பேசினார்கள். மகள், “நான் குடிசையை எடுத்துக் கொள்கிறேன்,” என்றாள். மகன், “அப்படியானால் நான் இந்த ஆடுகளை எடுத்துக் கொண்டு, உலகம் முழுவதும் சுற்றுகிறேன். எனது அதிருஷ்டத்தைப் பரிசோதிக்கிறேன்,” என்றான். பிறகு தன் சகோதரியைக் கட்டித் தழுவி விடைபெற்றுக் கொண்டு, தன் ஊரை விட்டுப் புறப்பட்டான்.

அவனும் வெகு தொலைவான இடங்களுக்கெல்லாம் சென்று திரிந்தான். பல துன்பங்களை அனுபவித்தான். ஆனால் ஒரு முறை கூட அவனுக்கு எந்த அதிருஷ்டமும் கிடைக்கவில்லை. ஒருநாள், மிக வருத்தத்தோடு, சாலையோரமாக உட்கார்ந்திருந்தான். அப்போது மூன்று நாய்களோடு ஒருவன் அவன் முன் வந்து நின்றான். நாய்கள் மிகப் பெரியவைகளாக, பலமானவைகளாக, கருகருவென்று கருப்பாக இருந்தன.

“வீரமான இளைஞனே! உனக்கு விருப்பம் இருந்தால் என் நாய்களைப் பெற்றுக் கொண்டு, உனது அழகான ஆடுகளை எனக்குத் தருவாயாக!” என்றான்.

அந்த வருத்தத்திலும், இளைஞனுக்குச் சிரிப்பு வந்தது. “உன் நாய்களை வைத்து நான் என்ன செய்வது? என் ஆடுகள் தாமாக மேய்ந்து கொள்ளும். ஆனால் நாய்களுக்கோ நான் உணவளிக்க வேண்டுமே,” என்றான்.

“என் நாய்கள் அபூர்வமானவை. அவை உனக்குப் பெரும் அதிருஷ்டத்தைப் பெற்றுத் தரும். வேண்டியவற்றைத் தரும். இவற்றில் உள்ளதிலேயே சின்னதாக இருப்பதன் பெயர் உணவு. இரண்டாவதின் பெயர் கிழி. மூன்றாவதன் பெயர் இரும்பைக் கடி,” என்றான் அந்தப் புதியவன்.

அவன் கூறியதைக் கேட்ட இளைஞன். தன் ஆடுகளைத் தந்தான். பின் நாய்களைச் சோதிப்பதற்காக, “உணவு” என்றான். குட்டி நாய் உடனே வேகமாக ஓடியது. சிறிது நேரத்தில் ஒரு பெரிய கூடை நிறைய சுவையான விலையுயர்ந்த உணவு வகைகளைக் கொண்டுவந்தது. பண்டமாற்று முறையில் தான் லாபமடைந்ததை நினைத்து மகிழ்ந்தவாறு இளைஞன் தன் பயணத்தைத் தொடர்ந்தான்.

சாலையில் ஒரு குதிரை வண்டியைப் பார்த்தான். அது முழுக்க கருப்புத்துணியால் போர்த்தப்பட்டிருந்தது. அதை இழுக்கும் இரு குதிரைகளும் கருப்புத் துணியால் போர்த்தப்பட்டிருந்தன. வண்டியோட்டியும் துக்கத்தைச் குறிக்கும் கருப்பு உடையில் இருந்தான். வண்டிக்குள் மிக அழகான ஒரு பெண் இருந்தாள். அவளும் கருப்பு உடையில் இருந்தாள். அவள் அழுதுகொண்டிருந்தாள். இளைஞன் வண்டியோட்டியிடம் விசாரித்தான். அவன் சரியாகப் பதில் சொல்லவில்லை. சற்று அழுத்திக் கேட்டதும் பின்வருமாறு கூறினான் – “இந்தப் பகுதியில் ஒரு பெரிய டிராகன் இருந்து கொண்டு கொடுமை செய்து வருகிறது. ஊரார் அதோடு ஒரு ஒப்பந்தம் போட்டுக் கொண்டு, அதன் கொடுமைகளை ஓரளவு குறைத்திருக்கிறார்கள். அந்த ஒப்பந்தப்படி ஒவ்வொரு ஆண்டும் ஒரு அழகான பெண்ணை அதற்குத் தரவேண்டும். அது அந்தப் பெண்ணை ஒரே வாயில் விழுங்கிவிடும். நாட்டில் பதினான்கு வயதான பெண்கள் அனைவரின் பெயரையும் சீட்டு எழுதிப் போட்டு குலுக்கல் முறையில் ஒரு பெண்ணைத் தேர்ந்தெடுப்பது வழக்கம். இந்த ஆண்டு அப்படி தேர்ந்தெடுக்கப்பட்டது

நாட்டின் இளவரசி. அதனால், அரசரும், நாட்டு மக்களும் மிகவும் சோகத்தில் உள்ளனர். ஆனால் டிராகன் மிகவும் கொடூரமானது என்பதால், இந்தப் பலி தருவதை நிறுத்த முடியாது".

இளைஞனுக்கு இளவரசியைப் பார்க்கப் பாவமாக இருந்தது. அந்த வண்டியைத் தொடர்ந்தான். அது ஒரு உயர்ந்த மலைக்கு அருகே நின்றது. இளவரசி வேதனையோடு இறங்கி டிராகன் இருக்கும் இடம் நோக்கி மெதுவாக நடந்தாள். இளைஞன் அவள் பின்னால் போவதைப் பார்த்த வண்டியோட்டி இளைஞனைத் தடுத்தான். ஆனால் இளைஞன் அதைக் கண்டுகொள்ளவில்லை.

பாதி மலை ஏறியதும், அந்த டிராகன் பயங்கரமாக சத்தம் போட்டுக் கொண்டு தன் இரையை விழுங்க வந்தது. அதன் வாயிலிருந்து நெருப்பு ஜுவாலைகள் வந்தன. உடல் முழுவதும் கத்தி போன்ற செதில்கள். கோரமான பற்கள். பாம்பு போன்ற கழுத்தில் பெரிய இறக்கைகள். அது இளவரசியை நெருங்கியதும், இளைஞன், "கிழி" என்று உரத்துக் கூவினான். அடுத்த நிமிடம் அவனது இரண்டாவது நாய் அந்த டிராகன் மீது பாய்ந்தது. பெரும் பலத்தோடு, வேகத்தோடு டிராகனைத் தாக்கியது. சிறிது நேரப் போராட்டத்திற்குப் பிறகு டிராகன் களைத்துப் போய் கீழே விழுந்து இறந்தது. நாய் அதன் இரண்டு பற்களை மட்டும் மிச்சம் வைத்து விட்டு, அதை முழுவதுமாகத் தின்று விட்டது. அந்தப் பற்களை இளைஞன் தன் பாக்கெட்டில் போட்டுக் கொண்டான்.

மகிழ்ச்சியால் உணர்ச்சிவசப்பட்ட இளவரசி மயங்கி விழுந்தாள். இளைஞன் அவளது மயக்கத்தைத் தெளிவித்தான். அவள் அவனுக்கு நன்றி கூறினாள். தன் தந்தையைச் சந்தித்து பரிசு பெற்றுச் செல்ல அழைத்தாள்.

இளைஞன் தான் இன்னும் உலகத்தின் பல பகுதிகளைப் பார்க்க விரும்புவதாகச் சொன்னான். அதனால் மூன்றாண்டுகளுக்குப் பிறகு அவளது நாட்டிற்கு வருவதாக வாக்களித்தான். பிறகு அவள் தன் நாடு திரும்ப, இளைஞன் எதிர்திசையில் தன் பயணத்தைத் தொடர்ந்தான்.

வண்டியோட்டியின் மனதில் ஒரு திட்டம் தோன்றியது. இந்தச் சம்பவத்தை தனக்குச் சாதகமாகப் பயன்படுத்திக் கொள்ள விரும்பினான். வழியில் ஒரு நதியின் குறுக்கே சென்ற பாலத்தில் வண்டியை நிறுத்திய அவன், “இளவரசி, உங்களைக் காப்பாற்றியவன் உங்கள் நன்றியைக் கூட ஏற்காமல் சென்றுவிட்டான். நீங்கள் கருணை கொண்டு, இந்த ஏழைக்கு உதவ வேண்டும். நான்தான் அந்த டிராகனைக் கொன்றேன் என்று தங்கள் தந்தையாரிடம் நீங்கள் சொன்னால், எனக்கு உதவியாக இருக்கும். நீங்கள் அப்படிக் கூற ஒப்புக் கொள்ளாவிட்டால், நான் உங்களை இந்த ஆற்றில் தூக்கி எறிந்துவிடுவேன். எல்லோரும் டிராகன்தான் உங்களைத் தின்றுவிட்டது என்று நினைப்பார்கள்” என்றான். இளவரசி அழுது கெஞ்சினாள். பின்னர் அவன் சொல்வது போல் நடந்து கொள்ள ஒப்புக் கொண்டாள்.

அவர்கள் நாடு திரும்பியதும், மக்கள் அனைவரும் மகிழ்ந்தார்கள். அரசர் மகளையும், வண்டியோட்டியையும் கண்ணீர் மல்க கட்டியணைத்துக் கொண்டார். “நீ என் மகளை மட்டுமல்ல, இந்த நாட்டின் அத்தனை இளம் பெண்களையும் காப்பாற்றி இருக்கிறாய். உனக்குத் தகுந்த பரிசாக என் மகளை உனக்கு மணம் செய்து தருகிறேன். அவளுக்கு வயது மிகவும் குறைவு என்பதால், திருமணம் அடுத்த ஆண்டு நடைபெறும்,” என்று அவனிடம் கூறினார்.

வண்டியோட்டி அரசருக்கு நன்றி தெரிவித்தான். அவன் இப்போது பிரபுவாக பதவி உயர்த்தப்பட்டான். இளவரசிக்கு என்ன செய்வதென்றே தெரியவில்லை. ஓராண்டு முடியும் நேரம் வந்துவிட்டது. தந்தையிடம் இன்னும் ஓராண்டு திருமணத்தைத் தள்ளிவைக்கக் கோரினாள். அந்த இரண்டாம் ஆண்டும் முடிந்தது.

இளைஞன் மூன்றாம் ஆண்டு வருவேன் என்று சொல்லி இருப்பதால், அவள் மீண்டும் தந்தையிடம் ஓராண்டிற்கு திருமணத்தை தள்ளிவைக்க வேண்டினாள். ஓராண்டு முடிந்ததும் நான் கூறிய மாப்பிள்ளையை கட்டாயம் திருமணம் செய்து கொள்ள வேண்டும் என்று கண்டிப்பாகச் சொன்னார். அந்த

ஆண்டும் முடிந்தது. திருமணத்திற்காக நாடு முழுவதையும் அலங்கரிக்க ஆரம்பித்தார்கள்.

அப்போது ஒருநாள், மூன்று நாய்களோடு ஒருவன் அந்த நாட்டிற்குள் நுழைந்தான். நாட்டில் என்ன விசேஷம் என்று விசாரித்தான். டிராகனைக் கொன்று இளவரசியைக் காப்பாற்றிய வீரனுக்கு இளவரசியை மணம் முடித்துத் தரப் போகிறார்கள் என்று நாட்டு மக்கள் சொன்னார்கள்.

"இளவரசியைக் காப்பாற்றியதாகச் சொல்பவன் ஒரு மோசடிக்காரன்" என்றான் இளைஞன். அதைக் கேட்டுக் கொண்டிருந்த படைவீரன் ஒருவன் அவனை சிறையில் அடைத்துவிட்டான். சிறையில் அவன் வேதனையோடு உட்கார்ந்திருந்த போது அவனது நாய்கள் ஊளையிடும் சத்தம் கேட்டது. உடனே அவன் தன்னால் முடிந்த அளவு சத்தமாக, "இரும்பைக் கடி" என்று கத்தினான். அடுத்த கணம் அவனது பெரிய நாய் எங்கிருந்தோ பாய்ந்து வந்து சிறைக் கதவின் கம்பிகளை ஏதோ குச்சியைக் கடிப்பது போல கடித்து உடைத்தது. பின்னர் அவனைக் கட்டியிருந்த சங்கிலிகளையும் கடித்து உடைத்தது. பின் இருவரும் வெளியே வந்தார்கள். வெளியே வந்தும் பசித்ததால், அவன் "உணவு" என்று சொன்னதும் குட்டிநாய் சுவையான உணவை ஒரு துண்டில் கட்டிக் கொண்டு வந்து தந்தது. அந்தத் துண்டில் அரச முத்திரை இருந்தது.

உண்மையில் குட்டி நாய் உணவிற்காக அரண்மனை சென்ற போது இளவரசியைப் பார்த்து அவள் கையை அன்பாக நக்கிக் கொடுத்தது. இளவரசி தனது துண்டில் உணவை வைத்து நாயிடம் கொடுத்து அனுப்பியிருக்கிறாள். பின்பு தன் தந்தையிடம் நடந்ததைக் கூற, அவர் அந்த நாய் எங்கே செல்கிறது என்று பார்த்து வர சேவகர்களை அனுப்பினார். அவர்கள் இளைஞனை அரசரிடம் அழைத்து வந்தார்கள். இளைஞன் தான்தான் டிராகனைக் கொன்றவன் என்று கூறி, டிராகனின் பற்களை அரசரிடம் காட்டினான். அரசன் வண்டியோட்டியை இழுத்து வரச் சொன்னார். அவன் வந்து தன் தவறை ஒப்புக் கொண்டு, அரசரின் காலடியில் வீழ்ந்தான். அன்றே இளைஞனுக்கும், இளவரசிக்கும் திருமணம் நடந்தது.

இருவரும் நீண்ட நாள் மகிழ்ச்சியாக வாழ்ந்தார்கள். இளைஞன் படைவீரர்களை விட்டு தன் சகோதரியைத் தேடி அழைத்து வரச் செய்தான். அவளும் அவர்களோடு மகிழ்ச்சியாக வாழ்ந்தாள். ஒரு நாள் பெரிய நாய் தன் எஜமானரைப் பார்த்து, "எங்கள் காலம் முடிந்துவிட்டது. இனிமேலும் நாங்கள் உங்களுக்குத் தேவையில்லை. பணமும் அதிகாரமும் வந்ததும் நீங்கள் மாறிவிடுவீர்களோ, சகோதரியை மறந்து விடுவீர்களோ என்று பார்க்கவே இத்தனை காலம் உங்களுடன் இருந்தோம். ஆனால் நீங்கள் பணத்திற்கு மயங்கவில்லை. எப்போதும் போலவே இருக்கிறீர்கள். எனவே, நாங்கள் விடை பெறுகிறோம்," என்றது. பிறகு மூன்று நாய்களும் சிறு பறவைகளாக மாறி வானில் பறந்து மறைந்தன.

பனிரோஜா

டென்மார்க் தேசத்துக் கதை

டென்மார்க் நாட்டின் ஒரு கோடியில் ஒரு ராணி இருந்தாள். அவள் ஒரு நாள் புதிதாய் விழுந்திருந்த பனியில் தன் பனிச் சறுக்கு வண்டியில் சென்றுகொண்டிருந்தாள். அப்போது திடீரென பனியின் காரணமாக அவள் மூக்கிலிருந்து ரத்தம் வரவும், வண்டியை நிறுத்திக் கீழே இறங்கி, ஒரு மரத்தடியில் நின்று மூக்கைத் துடைத்துக் கொண்டாள்.

அப்போது சில ரத்தத் துளிகள் பனியில் விழுந்தன. பனியின் வெண்மையையும், அதில் ரத்தத் துளிகளின் சிவப்பையும் பார்த்த அவள். 'எனக்கு இப்போது 12 புதல்வர்கள் இருக்கிறார்கள். ஒரு மகள் கூட இல்லை. இந்த பனியின் வெண்மையும், ரோஜாச் சிவப்பும் கலந்த நிறத்தில் ஒரு பெண்குழந்தை பிறந்தால் போதும். பிறகு என் மகன்களைப் பற்றி நான் கவலைப்பட மாட்டேன்,' என்று தனக்குத் தானே சொல்லிக் கொண்டாள். அடுத்த நொடி அவள் முன்னால் ஒரு சூனியக்காரி தோன்றினாள். "உனக்கு இந்தப் பனியின் வெண்மையும், ரோஜா சிவப்பும் கலந்த நிறத்தில் ஒரு மகள் பிறப்பாள். ஆனால், உன் 12 மகன்களும் எனக்குச் சொந்தமாக வேண்டும். உடனே அவர்களை என்னிடம் ஒப்படைக்க வேண்டாம். மகளுக்கு ஞானஸ்நானம் செய்தபின் ஒப்படைத்தால் போதும்," என்றாள்.

அதேபோல் உரிய காலத்தில் ராணிக்கு பனியின் வெண்மையும், ரோஜாவின் சிவப்பும் கலந்த நிறத்தில் ஒரு பெண்குழந்தை

பிறந்தது. அதன் காரணமாக அவளுக்கு பனிரோஜா என்று பெயரிட்டார்கள். எல்லோருக்கும் மிகவும் மகிழ்ச்சியாக இருந்தது. ஆனால் சூனியக்காரிக்கு வாக்குக் கொடுத்ததை நினைத்து ராணி வருந்தினாள். உடனே அவள் ஆசாரியை வரவழைத்து பன்னிரண்டு இளவரசர்களுக்கும் 12 வெள்ளி ஸ்பூன் செய்து தருமாறு சொன்னாள். இளவரசிக்கும் ஒன்று செய்யச் சொன்னாள். இளவரசிக்கு ஞானஸ்நானம் நடந்த அன்று 12 இளவரசர்களும் திடீரென்று வாத்துகளாக மாறி, வானில் பறந்து மறைந்துவிட்டார்கள். அவர்கள் எங்கு போனார்கள் என்றே தெரியவில்லை. எனினும், இளவரசி மிக அழகாக வளர்ந்தாள். அவள் எப்போதும் ஏதோ சிந்தனையில் ஆழ்ந்து சோகமாகவே இருப்பாள். யாருக்கும் காரணம் தெரியவில்லை.

ஒருநாள் மாலையில் ராணியும் தனது மகன்களைப் பற்றிய சிந்தனையில் மிக சோகமாக இருந்தாள். தன் மகளிடம், “மகளே, நீ ஏன் எப்போதும் சோகமாக இருக்கிறாய்? எதனால் என்று என்னிடம் சொல், உனக்கு என்ன வேண்டும் என்றாலும், நான் செய்கிறேன்,” என்றாள்.

“அம்மா, எல்லாக் குழந்தைகளுக்கும், உடன்பிறந்தவர்கள் இருக்கிறார்கள். எனக்கு யாருமே இல்லை. அதனால்தான் நான் சோகமாக இருக்கிறேன்,“ என்றாள் மகள்.

“மகளே, உனக்கும் ஒருகாலத்தில் சகோதரர்கள் இருந்தார்கள். மொத்தம் பன்னிரண்டு அண்ணன்கள். ஆனால், நீ பிறப்பதற்காக அவர்களை நான் ஒரு சூனியக்காரிக்குத் தர நேர்ந்தது,” என்று பழைய கதையைச் சொன்னாள் ராணி.

இதைக் கேட்டதும் இளவரசி மிகவும் வருந்தினாள். அவர்கள் காணாமல் போனதற்கு தான்தான் காரணம் என்று நினைத்தாள். எனவே அவர்களைத் தேட, ராணிக்குத் தெரியாமல் அரண்மனையை விட்டு வெளியேறினாள். வெகு தூரமாக பல இடங்களுக்கும் சென்றாள். ஒரு நாள் ஒரு முழு இரவும் ஒரு அடர்ந்த காட்டில் தேடினாள். விடியும் நேரத்தில், மிகவும் களைப்படைந்து, ஒரு நதியோரமாகப் படுத்துத் தூங்கிவிட்டாள். தூக்கத்தில் அந்தக் காட்டில் வெகு தூரம் நடந்து ஒரு சின்ன குடிசையைப் பார்ப்பதாகவும், அதில் அவளது அண்ணன்கள்

இருப்பதாகவும் கனவு வந்தது. எழுந்ததும், எதிரே தெரிந்த ஒற்றையடிப் பாதையில் நடந்து காட்டின் மையப் பகுதிக்குச் சென்றாள். அங்கு கனவில் வந்தது போலவே ஒரு குடிசை இருந்தது.

குடிசைக்குள் நுழைந்தாள். உள்ளே யாரும் இல்லை. எனினும் பன்னிரண்டு கட்டில்கள் இருந்தன. பன்னிரண்டு நாற்காலிகள் இருந்தன. மேஜையில் பன்னிரண்டு ஸ்பூன்கள் இருந்தன. அங்கு அவள் பார்த்த அனைத்துப் பொருளிலும் பன்னிரண்டு இருந்தன. அவை அனைத்தும் தன் அண்ணன்களுடையவை தான் என்று அவளுக்கு ஒரே மகிழ்ச்சி. உடனே அவள் கணப்பில் தீயை மூட்டினாள். அந்த அறையை பெருக்கி சுத்தம் செய்தாள். படுக்கைகளை மடித்து வைத்தாள். தனக்குத் தெரிந்த அளவு சமையல் செய்தாள். சமைத்ததை மேஜை மீது வைத்து ஸ்பூன்களை வரிசையாக வைத்துவிட்டு தனது ஸ்பூனையும் அவற்றிற்கு அருகில் வைத்துவிட்டு, ஒரு படுக்கைக்குக் கீழ் ஒளிந்து கொண்டாள்.

அப்போது காற்றில் பெரும் சலசலப்பு கேட்டது. பன்னிரண்டு வாத்துகள் பறந்து வந்தன. அறைக்குள் வந்ததும் அவை அழகான இளவரசர்களாக மாறின. அவளது அண்ணன்கள் !

"வீடு அழகாக இருக்கிறது. யாரோ எல்லாம் ஏற்பாடு செய்திருக்கிறார்கள். சாப்பாடும் சுடச்சுட இருக்கிறதே !" என்று அவர்கள் வியந்தார்கள்.

"நமக்காக இந்த வேலைகளைச் செய்த அந்த நல்ல உள்ளத்தை கடவுள் ஆசீர்வதிக்கட்டும்," என்று சொல்லிவிட்டு, அனைவரும் தத்தமது ஸ்பூன்களை எடுத்துக் கொண்டு சாப்பிட உட்கார்ந்த போது. கூடுதலாக ஒரு ஸ்பூன் இருப்பதைப் பார்த்தார்கள். அவர்களுக்கு ஆச்சரியமாக இருந்தது.

"இது நம் தங்கையின் ஸ்பூனாகத்தான் இருக்க வேண்டும். அவள் இங்குதான் அருகில் எங்கோ இருக்கிறாள்." என்றார்க்ள.

"அவள் நமது தங்கை, இங்குதான் இருக்கிறாள் என்றால், அவளைக் கொன்றுவிட வேண்டும். ஏனென்றால், நமது துன்பங்களுக்கு அவள்தான் காரணம்," என்றான் மூத்த அண்ணன்..

"இல்லை. அவளைக் கொல்வது பாபம். அவள்மீது எந்தத் தவறும் இல்லை. தவறு செய்தது நம் அம்மாதான்," என்றான் கடைசி அண்ணன்.

குடிசை முழுக்கத் தேடி, அவளைக் கண்டுபிடித்து விட்டார்கள். பெரிய அண்ணன் அவளைக் கொல்லப் போனான். ஆனால், இளவரசி, "நான் உங்களைத் தேடி பல இடங்களிலும் அலைந்தேன். என்னைக் கொல்வதன் மூலம் உங்கள் துன்பம் தீரும் என்றால், என்னைக் கொல்லுங்கள்," என்றாள்.

"நீ நினைத்தால், எங்கள் துன்பம் தீரும். நீ உதவி செய்வதாக இருந்தால், நான் உன்னைக் கொல்லவில்லை," என்றான் பெரிய அண்ணன்.

"என்ன செய்யவேண்டும்? உங்களுக்காக எதையும் செய்யத் தயாராக இருக்கிறேன்," என்றாள் இளவரசி.

"நீ டான்டிலியன் பூக்களின் இதழ்களைப் பறித்து அவற்றை வைத்து எங்களுக்கு பன்னிரண்டு சட்டை, பன்னிரண்டு தொப்பி, பன்னிரண்டு கழுத்துப் பட்டி ஆகியவற்றை நெய்து தரவேண்டும். (டான்டிலியன் என்பது மேலைநாடுகளில் வளரும் ஒருவித காட்டுப்பூ. மஞ்சள் நிறத்தில் இருக்கும். அதன் இதழ்கள் உதிரும்போது, பஞ்சு போல் இருக்கும்-மொழிபெயர்ப்பாளர்) இந்த வேலையைச் செய்யும் காலம் முழுவதும் நீ பேசக்கூடாது, சிரிக்கக் கூடாது, அழக் கூடாது. அவ்வாறு செய்தால், நாங்கள் இந்தத் துன்பத்திலிருந்து விடுதலை பெறுவோம்," என்றான் அண்ணன்.

"ஆனால், அவ்வளவு டான்டிலியன் இதழ்களுக்கு நான் எங்கே செல்வேன்?" என்றாள் தங்கை. அண்ணன்கள் அவளை குடிசைக்குப் பின்புறம் அழைத்துச் சென்றனர். அங்கு கண்ணுக்கு எட்டிய தூரம் வரையில் டான்டிலியன் பூக்கள் பூத்திருந்தன. இளவரசி அவ்வளவு பூக்களை இதுவரை இப்படிப் பார்த்ததே இல்லை. உடனே அவள் தன்னால் முடிந்த அளவு அந்தப் பூக்களைப் பறித்தாள் மாலையில் அந்த இதழ்களை நூலாக நூற்றாள். தினமும் தன் அண்ணன்களுக்குச் சமைத்து வைத்துவிட்டு பூக்களைப் பறித்து நூற்பாள். அவர்கள் காலையில் வாத்துகளாக மாறி வெளியே பறந்து செல்வார்கள்.

இரவு வீட்டுக்கு வந்ததும் இளவரசர்களாக மாறிவிடுவார்கள். இது நீண்ட காலத்திற்கு நடந்தது.

கிட்டத்தட்ட சட்டை, தொப்பி, கழுத்துப் பட்டி தைக்கும் வேலை நெருங்கி முடிந்துவிட்டது. இன்னும் நிறைய பூக்களைப் பறித்து நூல் நூற்றால் வேலை முடிந்துவிடும் என்ற நிலையில் அவள் சந்தோஷமாகப் பூப் பறிக்கச் சென்றாள். அப்போது அந்த நாட்டின் அரசன் அந்தப் பக்கமாக வந்தான். அழகான ஒரு பெண் பூப் பறிப்பதைப் பார்த்து, அவள் யார் என்று கேட்டான். அவள் பதில் சொல்லவில்லை. இவளைத் திருமணம் செய்து கொள்ளலாம் என்று நினைத்த அவன் சேவகர்களிடம் அவளை தனது தேரில் ஏற்றுமாறு உத்தரவிட்டான். அவர்கள் அவளைத் தூக்க வந்தபோது, அவள் சட்டை முதலானவற்றை தைத்து வைத்திருந்த பையைக் காட்டி சைகை செய்தாள். உடனே

அரசன் அந்தப் பையையும் தேரில் வைக்கச் சொன்னான். அரசன் மிக அழகாக, நல்ல பண்புள்ளவனாக இருந்ததால், பனிரோஜா மௌனமாகத் தன் சம்மதத்தைத் தெரிவித்து அவனுடன் சென்றாள். அரண்மனையில் அரசனின் சிற்றன்னை – அவனது தந்தையின் இரண்டாவது மனைவி- பனிரோஜாவைப் பார்த்துப் பெறாமைப்பட்டாள். அவள் அரசனிடம், “இவள் பேசுவதில்லை. சிரிப்பதில்லை, அழுவதில்லை. இவள் ஒரு சூனியக்காரி,” என்று சொன்னாள். ஆனால் அரசன் தன் சிற்றன்னை சொன்னதைக் கேட்காமல் பனிரோஜாவை மணந்தான். அவளும் பேசாமல் சட்டை முதலியவற்றைத் தைத்து முடிப்பதில் கவனம் செலுத்தினாள்.

ஓராண்டில், பனிரோஜாவிற்கு அழகான ஆண்குழந்தை பிறந்தது. அரசனின் சிற்றன்னைக்கு பொறாமை இன்னும் அதிகமாகிவிட்டது. ஒரு நாள் இரவு, அவள் பனிரோஜாவின் குழந்தையை எடுத்துச் சென்று பாம்புகள் இருக்கும் ஒரு குழிக்குள் போட்டுவிட்டாள். பிறகு தனது விரலை வெட்டிக் கொண்டு, வந்த ரத்தத்தை பனிரோஜாவின் வாயில் பூசிவிட்டாள். பின்னர் அரசனிடம் சென்று, “உன் மனைவி எப்படிப்பட்டவள் என்று பார். தன் சொந்தக் குழந்தையையே தின்றுவிட்டாள்,” என்றாள். அரசன் மிகவும் வருந்தினான். ஆனால், அவசரப்பட்டு தண்டிக்க வேண்டாம் என்று எதுவும் செய்யவில்லை.

அடுத்த ஆண்டு மற்றொரு ஆண்குழந்தை பிறந்தது. இந்த முறையும் சிற்றன்னை முன்பு செய்ததைப் போலவே செய்தாள். அரசன் இந்த முறையும் வருந்தினான். ஆனால் தான் கண்ணால் பார்க்கவில்லை என்பதால் தண்டிக்கவில்லை.

அதற்கு அடுத்த வருடம் ஒரு பெண் குழந்தை பிறந்தது. சிற்றன்னை முன்பு செய்ததைப் போலவே செய்துவிட்டு, அரசனிடம் கோள் மூட்டினாள். இந்த முறை அரசனால் கோபத்தைத் தாங்க முடியவில்லை. பனிரோஜாவை உயிரோடு எரித்து விடுமாறு கட்டளை இட்டான். பனிரோஜா தன்னை எரிக்கப்போகும் இடத்தைச் சுற்றி பன்னிரண்டு பலகைகளைப் போடவேண்டும் என்று சைகையால் கேட்டுக் கொண்டாள். அதைப் போலவே எரியும் நெருப்பைச் சுற்றி பன்னிரண்டு பலகைகள் போடப்பட்டன. அதில் ஒவ்வொன்றிலும் அவள் ஒரு சட்டை, ஒரு தொப்பி, ஒரு கழுத்துப் பட்டி ஆகியவற்றை வைத்தாள். அதைத் தைத்து முடிப்பதற்கு அவளுக்கு நேரம் இல்லாமல் போய்விட்டது. பலகையில் அவற்றை வைத்ததும் எங்கிருந்தோ பன்னிரண்டு வாத்துகள் பறந்து வந்தன. ஒவ்வொன்றும் ஒரு சட்டை, தொப்பி, கழுத்துப் பட்டி ஆகியவற்றை எடுத்துக் கொண்டு பறந்து சென்றன.

"இப்போது தெரிகிறதா, இவள் சூனியக்காரி என்று ! காலம் தாழ்த்தாதே. இவளை உயிரோடு எரித்து விடு... விறகுகள் எல்லாம் வீணாக சாம்பலாகிக் கொண்டிருக்கின்றன," என்றாள் சிற்றன்னை.

"கவலைப்பட வேண்டாம், நம்மிடம் நிறைய விறகுகள் இருக்கின்றன. அடுத்து என்ன நடக்கிறது என்று பார்ப்போம்," என்றான் அரசன்.

அப்போது மிக அழகான பன்னிரண்டு இளவரசர்கள் குதிரைகளில் வந்தார்கள். கடைசி இளவரசனுக்கு மட்டும் இடது பக்கம் கைக்குப் பதிலாக இறகு இருந்தது.

"அரசே! என்ன செய்யப் போகிறீர்கள்?" என்று இளவரசர்கள் கேட்டார்கள்.

"என் மனைவி ஒரு சூனியக்காரி. தன் சொந்தக் குழந்தைகளையே தின்றுவிட்டாள். அவளை உயிரோடு எரிக்கப் போகிறேன்," என்றான் அரசன்.

“அவள் அப்படிச் செய்பவள் அல்ல,” என்ற இளவரசர்கள், பனிரோஜாவிடம், “தங்கையே ! எங்கள் சாபம் நீங்கிவிட்டது, இப்போது நீ பேசலாம்,” என்றார்கள்.

சிற்றன்னை குழந்தைகளை பாம்புக் குழியில் போட்டது, தன் வாயில் ரத்தத்தைப் பூசியது என்று பனிரோஜா அனைத்தையும் கூறினாள். எல்லோரும் அந்தப் பாம்புக் குழிக்குச் சென்று பார்த்தார்கள். அதில் மூன்று குழந்தைகள் பாம்புகளுடன் ஜாலியாக விளையாடிக் கொண்டிருந்தன. அவை மூன்றும் வளர்ந்து அழகாக இருந்தன. அரசன் தன் சிற்றன்னையைத் தண்டித்தான்.

பின்னர் எல்லோரும் பனிரோஜாவின் தாய் தந்தையர் நாட்டிற்குச் சென்று எல்லோரிடமும் நடந்த அனைத்தையும் கூறினர். தன் சகோதரர்களுக்காக பனிரோஜா செய்த தியாகத்தை அனைவரும் பாராட்டினர். பனிரோஜா தன் குடும்பத்தினருடன் சந்தோஷமாக வாழ்ந்தாள்.

சொந்தமாய் ஒரு பனிக்கரடி

அயர்லாந்து நாட்டுக் கதை

அம்மா கடைக்குப் போயிருந்தாள். நோரா மட்டும் தனியாக வீட்டில் இருந்தாள். அப்பாவின் பிறந்த நாளுக்காக ஒரு கைக்குட்டையில் சித்திரப் பூ வேலை செய்து கொண்டிருந்தாள் அந்தச் சிறுமி. அப்போது வாசல்பக்கம் யாரோ வருவது போல் இருந்தது.

வந்தவன் குட்டையாக, குண்டாக இருந்தான். வேகமாக நடந்து வந்ததால் அவனுக்கு மூச்சு வாங்கியது. ஒரு கையில் தொப்பி. மறுகையில் ஒரு புத்தகம். பழைய கறுப்புக் கோட்டு. தலை சற்று வழுக்கை.

"மன்னிக்கவும். நீங்கள்தானே நோரா?"

"ஆமாம்"

"நல்லது. உங்களை தேடிக் கண்டுபிடிக்க சற்று சிரமப்பட்டேன்," என்றான் அவன்.

"பூட்டியிருக்கும் வீட்டிற்குள் எப்படி நுழைந்தீர்கள்?" என்றாள் நோரா.

"அது ரகசியம்".

"சரி, உங்களுக்கு என்ன வேண்டும்?"

"வந்த வேலையை கவனிக்கிறேன். உங்கள் அப்பா என்னை மிகவும் அவமானப் படுத்திவிட்டார்,"

நோராவிற்கு பயமாக இருந்தது. "முதலில் இங்கிருந்து வெளியே செல்லுங்கள்," என்று கத்தினாள்.

"தயவுசெய்து நான் சொல்வதை முழுக்கக் கேளுங்கள். உங்கள் அப்பா உங்களைமாதிரி குட்டிப் பெண்ணிடம் அன்பாக

இருப்பார் போலும். அலுவலகத்தில் ரொம்ப கோபக்காரராக இருப்பார். அதுவும் என்னை மாதிரி புத்தகம் விற்பவர்களிடம் ரொம்ப கோபப் படுவார். ஒருநாள் நான் அவரை அவரது அலுவலகத்தில் பார்த்து பீட்டர் ஸ்மித்தின் தேர்ந்தெடுக்கப்பட்ட படைப்புகள் என்ற புத்தகத்தை வாங்கிக் கொள்ளுங்கள் என்றேன். அவர் என்ன செய்தார் தெரியுமா?"

நோரா ஒன்றும் சொல்லவில்லை.

"செக்யூரிட்டியை அழைத்து என்னை கழுத்தைப் பிடித்து வெளியே தள்ளச் சொன்னார். வேண்டாம் என்று சொல்ல வேண்டியது தானே? ஏன் அப்படித் தள்ள வேண்டும்?"

"அவர் செய்தது சரிதான்," என்றாள் நோரா.

"அப்படியா?" என்று சிரித்தான் வந்தவன். "உன் அப்பாவைப் பழிவாங்க நினைத்தேன். அவர் வலுவானவர். அவரை என்னால் ஒன்றும் செய்ய முடியாது. அதனால்தான் வீடு தேடி வந்து உன்னைப் பார்த்தேன். சிறு குழந்தையைப் பழிவாங்குவது எளிது இல்லையா?"

நோரா நடுங்கினாள். "என்ன செய்யப் போகிறாய்?"

"உனக்கு இந்தப் புத்தகத்தைப் பரிசளிக்கப் போகிறேன்." நாற்காலியில் உட்கார்ந்தான். தன் கோட்டுப் பையிலிருந்து ஒரு பேனாவை எடுத்தவாறே, "உன் பெயர் என்ன?" என்றான். "நோரா" என்றாள் மெல்லிய குரலில்.

புத்தகத்தின் முதல் பக்கத்தில் அவள் பெயரை எழுதி, பணிவாகக் குனிந்து, "உன் தந்தை என்னை அவமதித்ததற்காக நான் உனக்குத் தரும் பரிசு. என்னிடம் அன்று புத்தகம் வாங்காததற்காக உன் தந்தை நிச்சயம் வருந்துவார். போய் வருகிறேன், அன்பே!" என்றபடி புத்தகத்தை அவளிடம் தந்தான். அப்படியே வெளியே போய்விட்டான். அப்போது அவன் சிரித்த சிரிப்பை கேட்கவே நோராவிற்கு பயமாக இருந்தது.

அந்த மர்ம மனிதன் போனதும் நோரா அந்தப் புத்தகத்தைப் பார்த்தாள். சிவப்பும் மஞ்சளுமாக பளீரென்ற அட்டை. "மாயப் பொருட்கள்" என்று பெரிய எழுத்துகளில் எழுதியிருந்தது.

ஏதோ ஒரு ஆவலில் புத்தகத்தைத் திறந்தாள். முதல்பக்கத்தில் அழகான கையெழுத்தில் அவள் பெயரை அவன் எழுதியிருந்தான். ‘வேடிக்கையான ஆள்’ என்று நினைத்தபடியே அடுத்த பக்கத்தைப் புரட்டினாள்.

அதில் ஒரு கோமாளியின் பெரிய படம் இருந்தது. பச்சை, சிவப்பு, மஞ்சள் என கலர்கலரான உடை. மிக வெண்மையான முகம். கன்னங்களில் சிவப்புப் பூச்சு. அவள் பார்த்துக் கொண்டிருக்கும்போதே, அந்தப் புத்தகம் நடுங்கியது. அந்தப் பக்கம் லேசாகக் கிழிந்தது. திடீரென்று அந்தப் பக்கத்திலிருந்து அந்தக் கோமாளி குதித்து வந்து அவள் முன் நின்றான். சாதாரணமான எல்லாக் கோமாளிகளையும் போல்தான் இருந்தான்.

உடலை முறுக்கி சோம்பல் முறித்து, “அப்பாடா! ஒரு தட்டையான தாளில் அடைபட்டிருப்பது எவ்வளவு கஷ்டமானது தெரியுமா?” என்றான்.

நோரா எவ்வளவு அதிர்ச்சியடைந்தாள் என்பதை நீங்களே கற்பனை செய்து கொள்ளுங்கள்.

“இப்படி எதையும் நீ எதிர்பார்க்கவில்லை இல்லையா?” என்றபடியே இந்தப் பக்கமும், அந்தப் பக்கமும் திரும்பி அறை முழுவதையும் பார்த்தான் அவன். அதிர்ச்சியை மீறி சிரித்தாள் நோரா.

“ஏன் சிரிக்கிறாய்?” என்றான் கோமாளி.

“உன் பின்பக்கம் முழுவதும் ஏன் வெள்ளையாக இருக்கிறது?” என்றாள் நோரா.

“ஓவியர் என் முன்பக்கத்தை மட்டும்தானே இந்தப் புத்தகத்தில் வரைந்தார், அதனால்தான்,” என்றான் அவன்.

“அதனால் உன்னைப் பார்க்கவே வேடிக்கையாக இருக்கிறது,” என்றாள் நோரா. கோமாளி தன் பின்பக்கத்தை நோரா பார்க்கக் கூடாது என்பதற்காக ஒரு நாற்காலியில் அமர்ந்து கொண்டான்.

“புத்தகத்தில் நான் மட்டுமல்ல, இன்னும் நிறைய அதிசயங்கள் உண்டு,” என்றான்.

உடனே நோரா அடுத்த பக்கத்தைத் திருப்ப, அதிலிருந்த ஒரு குரங்குப் படம் உயிர் பெற்று, ஜன்னல் மேல் தாவி உட்கார்ந்தது.

“ஹி..ஹி...ஹி... இப்போது படமாக இல்லாமல் நானும் நிஜக் குரங்காக மாற முடிந்தது,“ என்றது குரங்கு.

“நிஜக் குரங்குக்குப் பேசத் தெரியாதே?” என்றாள் நோரா.

“உனக்கு எப்படித் தெரியும்? நீ குரங்காக இருந்து பார்த்திருக்கிறாயா?” என்றது குரங்கு. அது அப்படிக் கேட்டதும் கோமாளி சிரித்தான்.

நோராவிற்கு திகைப்பாக இருந்தது. யோசனையுடன் மற்றொரு பக்த்தைத் திருப்பினாள். அதில் என்ன இருக்கிறது என்று பார்ப்பதற்கு முன் அவள் முன் ஒரு கழுதை நின்றது.

“நீ ஏன் விநோதமாக இருக்கிறாய்?” என்றாள் நோரா.

“என்னை வரையும்போது, நான் வருவது போல் தெரியவேண்டும் என்று ஓவியர் என் முன்னங்கால்களை நீளமாகவும், பின்னங்கால்களை சற்று குட்டையாகவும் வரைந்து விட்டார். நானும் அப்படியே உயிர் பெற்றுவிட்டதால், வினோதமாகத் தெரிகிறேன், கழுதை வரையத் தெரியாதவன் எல்லாம் ஏன் கழுதையை வரைகிறான்?” என்றது கழுதை.

“அதை அந்த ஓவியனிடம் கேள்,” என்றாள் நோரா கடுப்பாக.

“பின்னங்கால் குட்டை என்பதால் என்னால் நிற்க முடியவில்லை. தடுமாறுகிறது,” என்றது கழுதை.

“கவலைப்படாதே. இந்த ஓவியர்கள் இப்படித்தான் ஏதாவது செய்வார்கள். என் காதை எவ்வளவு பெரிதாக வைத்து விட்டான் பார். குரங்குக்கு எவ்வளவு குட்டியாக காது வரையவேண்டும்? அது கூடத் தெரியவில்லை அவனுக்கு,” என்றபடி மேலே உள்ள சரவிளக்கில் தாவி அமர்ந்தது குரங்கு. சரவிளக்கு உடைந்துவிடுமோ என்று நோராவிற்கு பயமாக இருந்தது.

நோரா அடுத்த பக்கத்தைப் புரட்டினாள். சட்டென்று ஏதோ மின்னலடித்தது போல் இருந்தது. ஏதோ தன்னை நோக்கிப் பாய்ந்தது போன்ற உணர்வு. குரங்கு சரவிளக்கில் நடுங்கியது.

கழுதை நொண்டி நொண்டி பின்னால் நகர்ந்தது. கோமாளி நாற்காலியில் பதுங்கினான். காரணம் எதிரே வாலைச் சுழற்றியபடி பெரிய சிறுத்தை ஒன்று எல்லோரையும் முறைத்துப் பார்த்துக் கொண்டிருந்தது.

"நீ யாரை முதலில் தாக்கப் போகிறாய்?" என்று தைரியத்தை வரவழைத்துக் கொண்டு கேட்டது கழுதை.

"என்னால் யாரையும் தாக்க முடியாது. படத்தில் என் வாய் மூடி இருப்பதால், எனக்கு ஓவியன் பற்கள் எதுவும் வரையவில்லை. நகங்கள் வரையவும் மறந்து போனான். நான் ஒரு பரிதாபகரமான ஜீவன்," என்றது சிறுத்தை.

"ஆனால் உன்னைப் பார்க்கப் பயமாக இருக்கிறது," என்றான் கோமாளி.

பயத்தில் நோரா புத்தகத்தை நழுவவிட்டாள். அது கீழே விழும் போது ஒரு பக்கம் திறந்து கொள்ள, அதிலிருந்து பெரிய பனிக்கரடி வெளியே வந்தது.

"என்னைப் பார்த்துச் சிரிப்பது மாதிரி அதைப் பார்த்து சிரித்துத் தொலையாதீர்கள். அதற்கு நகம், பல் எல்லாம் இருக்கிறது," என்றது சிறுத்தை.

"ஆமாம், அவற்றை எப்படிப் பயன்படுத்த வேண்டும் என்பதும் தெரியும்," என்றது பனிக்கரடி உறுமலான குரலில் "இந்தப் புத்தகத்தில் என்னைப் பற்றிய வர்ணனையில் கவுன் அணிந்து, ரிப்பன் கட்டி, ஷூ போட்ட குட்டிப் பெண்களை நான் விரும்பிச் சாப்பிடுவேன், என்ற அந்த எழுத்தாளன் எழுதியிருக்கிறான். சாப்பிட்ட பிறகு, நான் நாவைச் சப்புக் கொட்டுவேனாம்," என்றது கொடூரமாகச் சிரித்தபடி.

மெல்ல முன்னால் வந்த கழுதை, "நீ குட்டிப் பெண்களை மட்டும்தானே தின்பாய்? மற்ற மிருகங்களை தின்ன மாட்டாயே?" என்று கேட்டது. "புத்தகத்தில் நான் மற்ற மிருகங்களைத் தின்பது பற்றி எதுவும் எழுதவில்லை. குட்டிப் பெண்கள் மட்டும்தான்," எனறது பனிக்கரடி.

"நல்லது. அப்படியானால் நீ நோராவைத் தின்றுவிடு எனக்குப் பின்பக்கம் வெள்ளையாக இருக்கிறது என்று கேலி செய்தாள்," என்றான் கோமாளி.

"என் பின்னங்கால்கள் குட்டையாக இருப்பதைப் பார்த்துச் சிரித்தாள்," என்றது கழுதை.

"எனக்கு பல், நகம் இல்லை என்று என்னைக் கிண்டல் செய்தாள்," என்றது சிறுத்தை.

"ஆனால் கரடியாரே! சிறுமியைத் தின்றபிறகு, குரங்கு, கழுதை, சிறுத்தை, கோமாளி என்று வரிசையாகத் தின்றுவிட மாட்டீர்கள் அல்லவா?" என்றது குரங்கு.

"அது அவளைத் தின்றபிறகு என் பசி அடங்கிவிட்டதா என்பதைப் பொருத்தது," என்றது கரடி. "முதலில் இந்தக் குட்டிப் பெண்ணிலிருந்து ஆரம்பிக்கிறேன்,"

இந்தப் பேச்சுக்களைக் கேட்டுக்கொண்டிருந்த நோரா நடுங்கிக் கொண்டிருந்தாள். தன் தந்தையைப் பழி வாங்க என்று அந்த ஆள் சொன்னது உண்மைதான். அப்பா அன்று அந்த ஆள் விற்க வந்த புத்தகத்தை வாங்கி இருக்கலாம். இப்போது நான் மாட்டிக் கொண்டேன்.

கரடி இப்போது முன்னங்கால்களைத் தூக்கிக்கொண்டு இரண்டு கால்களில் நின்று கொண்டது.

"புத்தகத்தின் படத்தில் இப்படித் தான் நிற்பேன். இப்படி நின்றால்தான் இவளைத் தின்ன வசதியாக இருக்கும்,"

கரடி மெதுவாக அவளை நோக்கி வர, மற்ற விலங்குகளும் கோமாளியும் அதைச் சுற்றி அரைவட்டமாக வந்தார்கள். கரடி நோராவை நெருங்கும்போது, நோராவிற்கு ஒரு யோசனை தோன்றியது.

"நில்! நீ என்னைத் தின்ன முடியாது. அது தவறு!" என்றாள்.

"ஏன்?" என்றது கரடி வியப்பாக.

"ஏனென்றால் நான் உன் எஜமானி. நீ என் சொத்து," என்றாள்.

"அதெப்படி?" என்றது கரடி ஏமாற்றமாக.

"நீ இந்தப் புத்தகத்திலிருந்து வந்த கரடி. நான் இந்தப் புத்தகத்திற்கு சொந்தக்காரி. எனவே நான் தான் உன் எஜமானி," என்றாள் நோரா.

கரடிக்கு கொஞ்சம் தயக்கம் வந்தது.

“உங்களில் யாருக்குப் படிக்கத் தெரியும்?” என்று பொதுவாகக் கேட்டது.

“எனக்குத் தெரியும்,” என்றான் கோமாளி.

“அவள் உண்மை சொல்கிறாளா என்று பார்,” என்றது கரடி.

கோமாளி புத்தகத்தின் முதல் பக்கத்தைத் திறந்து, “நோ... ரா...” என்று எழுத்துக் கூட்டிப்படித்து விட்டு, “ஆமாம், இவள் பெயர் எழுதியிருக்கிறது,” என்றான்.

கரடி பெருமூச்சு விட்டது. “அப்படியானால் நான் இவளைத் தின்ன முடியாது,” என்றது.

“அந்த எழுத்தாளன் எல்லா எழுத்தாளர்களைப் போலவே மோசமானவன் போல. எஜமானியை கரடி தின்னலாம் என்று எழுதாமல் விட்டுவிட்டான்,” என்று புலம்பியது.

“ஆனால் அவனைவிட ஓவியன்தான் ரொம்ப மோசம். என்னால் சரியாக நிற்கக் கூட முடியவில்லை,” என்றது கழுதை.

“ஒன்றும் பிரச்சனை இல்லை. நீங்கள் அவரவரது பக்கத்திற்கு போய் விட்டால், வசதியாக இருக்கலாம். வெளியில் இப்படி வந்தால் தான் பிரச்சனை,” என்றாள் நோரா.

“அப்படிச் செய்தால் சரியாக இருக்குமா?” என்று கரடி கேட்க ஆரம்பித்து பாதியில் நிறுத்தியது. காரணம் வெளியே கதவைத் தட்டும் சத்தம்.

“அம்மா வந்துவிட்டாள். சீக்கிரம் புத்தகத்திற்குள் செல்லுங்கள்.” என்று நோரா விரட்டினாள்.

பரபரவென்று பக்கங்கள் புரட்டப்படும் சத்தம். அம்மா உள்ளே நுழைந்தபோது நோராவின் நண்பர்கள் புத்தகத்தின் உள்ளே போய்விட்டார்கள். அந்த மாயப் புத்தகம் மற்ற எல்லாப் புத்தகங்களையும் போலவே சாதுவாகக் கீழே கிடந்தது.

www.ingramcontent.com/pod-product-compliance
Lightning Source LLC
Chambersburg PA
CBHW031352230926
51848CB00002B/485